सखाराम बाइंडर

विजय तेंडुलकर यांची नाटके

नाटक

अशी पाखरे येती
एक हट्टी मुलगी
कमला
कन्यादान
कावळ्यांची शाळा✳
कुत्रे
गिधाडे
गृहस्थ✳
घरटे अमुचे छान
घाशीराम कोतवाल
चिमणीचं घरं होतं मेणाचं
चिरंजीव सौभाग्यकांक्षिणी
झाला अनंत हनु ंत
त्याची पाचवी✳✳✳
दंबद्वीपचा मुकाबला
नियतीच्या बैलाला✳✳
पाहिजे जातीचे
फूटपायरीचा सम्राट
बेबी
भल्याकाका
भाऊ मुरारराव
मधल्या भिंती
माणूस नावाचे बेट
मित्राची गोष्ट
मी जिंकलो! मी हरलो!
विठ्ठला
शांतता! कोर्ट चालू आहे
श्रीमंत
सखाराम बाइंडर

सफर✳✳
सरी ग सरी

एकांकिका

समग्र एकांकिका : भाग १
समग्र एकांकिका : भाग २
समग्र एकांकिका : भाग ३

बालवाङ्मय

इथे बाळं मिळतात
चांभारचौकशीचे नाटक
चिमणा बांधतो बंगला
पाटलाच्या पोरीचं लगीन
बाबा हरवले आहेत
बॉबीची गोष्ट
राजाराणीला घाम हवा

अनुवादित

आधे अधुरे
    (मूळ लेखक : मोहन राकेश)
तुघलक
    (मूळ लेखक : गिरीश कार्नाड)
मी कुमार
    (मूळ लेखक : मधु राय)
लिंकन यांचे अखेरचे दिवस
    (मूळ लेखक : मार्क फॉन डॉरन)
लोभ नसावा ही विनंती
    (मूळ लेखक : जॉन पॅट्रिक)
वासनाचक्र
    (मूळ लेखक : टेनेसी विल्यम्स)

✳ 'गृहस्थ'चे पुनर्लेखन : 'कावळ्यांची शाळा'
✳✳ ध्वनिफितीच्या रूपानेही प्रकाशित
✳✳✳ मूळ इंग्रजी : His Fifth Woman (अनु. चंद्रशेखर फणसळकर)

सखाराम बाइंडर

विजय तेंडुलकर

पॉप्युलर प्रकाशन, मुंबई

सखाराम बाइंडर
(म - ९४७)
पॉप्युलर प्रकाशन
ISBN 978-81-7185-799-9

SAKHARAM BINDER
(Marathi : Play)
Vijay Tendulkar

पहिली आवृत्ती : १९७२ / १८९४
नीलकंठ प्रकाशन, पुणे
चौथी आवृत्ती : २००३ / १९२५
सहावे पुनर्मुद्रण : २०२२ / १९४४
सातवे पुनर्मुद्रण : २०२३ / १९४५
आठवे पुनर्मुद्रण : २०२४ / १९४६

प्रकाशक
अस्मिता मोहिते
पॉप्युलर प्रकाशन प्रा. लि.
३०१, महालक्ष्मी चेंबर्स
२२, भुलाभाई देसाई रोड
मुंबई ४०००२६

अक्षरजुळणी
स्मिता टाइपसेटर्स
११२०, सदाशिव पेठ
विद्याधर अपार्टमेंट
निंबाळकर तालीम चौक
पुणे ४११०३०

मुद्रक
मणिपाल टेक्नोलॉजीज़ लिमिटेड, मणिपाल

अंक पहिला

दृश्य पहिले

[वेळ संध्याकाळची, तालुक्याच्या ठिकाणी असतात तशापैकी एखाद्या आळीतले जुनाट कौलारू घर. बाहेरली खोली, आत स्वयंपाकघर. दोन्ही दिसतात.

बाहेर पोरांचा गलका.]

सखाराम : (बाहेरील पोराटोरांना उद्देशून डरकाळी) काय रे ए, काय आहे रे? पहाताय काय, काय कोण नागवं नाचतंय काय इथे? आं? चला, जा आधी तिकडे. नाही तर चड्ड्या पिवळ्या करीन, सांगतोय, एकेकाच्या. चले जाव!

[बाईला घेऊन दार उघडून आत येतो. तो मध्यम वयाचा. निबर पण तेज व्यक्तिमत्त्वाचा. मिशा. दाढीचे पांढरे काळे खुंट वाढलेले. अंगात जाकीट, कळकट झब्बा आणि काच्याचे धोतर. डोक्यावर नीट न बसवलेली टोपी आणि पायात वहाणा.

[ती मनस्वी भ्यायलेली. बोचके छातीशी धरलेले गच्च. कृश अंग थरथरते आहे. भिंतीशी उभी अंग चोरून.]

सखाराम : या. बघून घ्या नीट घर. या घरात राहायचंय आता तुम्हांला. घर माझ्यासारखंच आहे. मग तक्रार चालणार नाही!

[ती घराकडे कशीबशी नजर फिरवू लागते.]

नीट बघून घ्या, पटत असेल तर टाका बोचकं खाली नाहीतर तशाच बाहेर चला. हा राजाचा महाल नाही. हे सखाराम बाइंडरचं घर आहे. सखाराम बाइंडर तुमच्या आधीच्या मालकासारखा नाही. तो काय आहे ते वेगळं समजून घ्यावं लागेल तुम्हांला. सब घोडे बारा टक्के मामला इथे खपणार नाही. डोकं गरम आहे आपलं. काय? भडकलो तर मारतो बेदम. तोंड शिवराळ आहे. तोंडात विडी नि शिवी कायम. सगळं गाव म्हणतं असं. परिस्थिती

जेमतेम; पण दोन वेळा खायला नक्की मिळेल. दोन पातळं सुरवातीला. मग वर्षाला एक; ते पण भारी नव्हे. मग तक्रार चालणार नाही. घरात सगळं शिस्तशीर आणि बिनचूक करावं लागेल, गलथानपणा घडायला लागला तर बाहेरची वाट. गय होणार नाही. नंतर दोष येता कामा नये. आपल्या घरात आपण राजे असतो. गावात जोड्याशी उभे न का करीनात. घर कसं घरासारखं हवं आपल्याला. काय?

[ती कशीबशी मान हालवते.]

घरामागं विहीर आहे. पायखाना लांब आहे. उन्हाळ्यात विहीर आटते. पाणी नदीवरनं आणावं लागतं. नदी सव्वा मैलावर आहे. पावसाळ्यात या भागात विंचू निघतात. घराबाहेर कामाशिवाय गेलेलं खपत नाही आपल्याला. घरी कुणी आलं, वर मान करून बोलायचं नाही. अनोळखी असला तर पदर तोंडावर घेऊन मोजकी बात करायची. मी नसलो तर कोणाला घरात घ्यायचं नाही. मी भंगड, गांजेकस, रंडीबाज, दरिद्री कसाही असेन. नव्हे आहेच. दारू पितो. पण आपली कदर राहिली पाहिजे आपल्या घरात. या घराचा मालक मी आहे. आदब राखून काम चाललं पाहिजे. काय? सगळं कबूल आहे, की काय म्हणणं आहे? म्हणणं असेल तर बाहेर व्हायचं एकदम. या घरात म्हणणं आपलं एकट्याचं चालतं. दुसऱ्यानं त्याप्रमाणे वागायचं. ‘का’ विचारायचं काम नाही. एक शेवटचं राहिलं... लग्नाच्या बायकोप्रमाणं राहावं लागेल. समजून घेणाराला यात काय ते आलं.

[ती घर न्याहाळते आहे.]

करार मान्य आहे? असला तर आत जाऊन चहाला लागा. चुलीशी दूधबीध आहे. जा.

[ती गडबडीने आत सरकते. बोचकं एकीकडे ठेवून चुलीपाशी येते.]

इथं राहिल्यावर कुणाची भीती बाळगायचं काम नाही. हा सखाराम बाइंडर काळ लागून राहिलाय सगळ्यांचा. परमेश्वराच्या

बापाला नाही भीत!

[आत ती एकदम धसकून स्तब्ध.]

आपण सगळं केलं; पण एक खोटेपणा नाही केला. म्हणालो, रंडीबाजी करतोय मी. दारूबाजी करतोय. केलं ते एकूण एक कोणाला हवं त्याला सांगण्याची तयारी आहे आपली, चोख. छाताडावर हात मारून! कोणती माडी किती वेळा चढलो, दाखवतो हवं तर. अलीकडे नाही चढत. गावात साले एकजात सगळे लपवाछपवीनं झक मारतात. करून सवरून साळसूद राहतात. तेरी चूप मेरी बी चूप. अरे हिंमत असेल तर करा काय ते खुल्लम् खुल्ला. काय आहे त्यात? सालं हे शरीर आहे. हे वासनेचं आगर. हे कुणी निर्माण केलं? त्यानंच. मग त्याला काय ठाऊक नाही? बाप राहिलाय लागून बाप. तुमचा आमचा. (विडी शिलगावून स्टुलावर बसतो.) आपण थोडेच संत आहो आपण माणसं आहोत आपली खाज भजन पूजन करून शमत नाही, आपण कबूल करतो. एखादी गोष्ट हवी म्हणजे हवी! मग लपवायचं काय त्यात? कुणापासून? आमच्या सर्वांच्या बापापासून?

[ती चहा करण्यासाठी चुलीशी बसते. पण काहीतरी मिळत नाही. अवघडते. अखेर उठून स्वयंपाकघराच्या दाराशी येते.]

ती : (किंचित घसा खाकरते.)

सखाराम : (जरा सुखावून) हा, बोला. फार फाटक्या तोंडाचा आहे मी. ऐकताना तकलीफ होत असेल तुम्हांला. जन्मापास्नं मी असाच. जन्माला आलो नागवा. आई म्हणायची, मेल्याला जन्मापास्नं लाज कशी ती नाही. ब्राह्मणाच्या घरात म्हारडं जन्माला आलं म्हणायची नेहमी. आता आलो असलो म्हारडा तर म्हणावं तुम्हीच पाहा. ती काय आमची कर्तुक?

[ती विलक्षण संकोचून उभी.]

तुम्ही ब्राह्मणाघरच्या दिसताय, तुम्हांला त्रास होतोय त्या अर्थी.

[तिची नकारार्थी मान. काहीतरी सांगू बघते आहे.]

घ्या, म्हणजे ब्राह्मणाघरच्या नसून तुम्ही ब्राह्मण, आणि ब्राह्मणाघरी जन्माला येऊन आम्ही म्हारडे. साली मजा आहे. अकराव्या वर्षी पळालो घरातून. बापाहातचा मार खाऊन कंटाळलो. काही केलं तरी त्याला बरं लागायचं नाही. जसा शत्रूच जन्माला आलो होतो त्याचा. फार मारायचा. काय हवंय वाटतं? काय?

ती : (खालमानेने) काड्यापेटी नाही आत.

सखाराम : (जवळची फेकून) मग घ्या की. आणि लाजायचं काम नाही. काय लागेल ते मागायचं या घरात. नाही मिळालं, तक्रार नाही पाहिजे. हा राजाचा नव्हे, सखाराम बाइंडरचा महाल आहे.

[ती आत जाऊ लागते. मध्येच थांबते.]

आता काय आणखी? चहाची भुकटी असेल तिथंच टिनाच्या डब्यात. का संपली? आधीचीनं बरीचशी संपवली. भारी चहा प्यायची. परवाच्या शुक्रवारीच गेली.

ती : (नकारार्थी मान हालवून) देव कुठं आहेत?

सखाराम : असं असं. देव? असतील तिकडे आत कुठं तरी. अडगळीत. तिच्या आधीचीला होता तो नाद— दोनचार तसबिरी होत्या वाटतं. नेल्यान का आहेत, ठाऊक नाही. नंतर ही आली— नंतरची. तिचं तसं काय नव्हतं. ती नवऱ्याच्या सदऱ्याचीच पूजा करायची. जीव घ्यायला निघाला होता तिचा, पण तो देव. जीव घेतो तो यांचा देव. जीव वाचवतो तो माणूस. त्याच्या सदऱ्याची पूजा करत होती दोन वर्षं इथं. क्षय झाला म्हणून शुक्रवारला मिरजेच्या इस्पितळात पोचवली. तिथंच मेली, सदरा उशाला घेऊन. हे बघा, चहात साखर फार लागते आपल्याला, आणि लालभडक हवा. जा, करा लौकर.

[ती आत जाते. चुलीशी बसताना दांडीवरचे जुनेरासारखे पातळ दिसते त्याकडे पाहत राहते थोडी. मग चूल पेटवून चहा ठेवते. जरा विचारमग्न होते.

[बाहेर सखाराम जाकीट काढून खुंटीला लावतो. खिडकीवाटे काहीतरी दिसते.]

सखाराम	: अरे ए तुझ्या मायला तुझ्या, गुरू येऊन कुंपण तोडतंय, डोळे फुटले काय? जरा ध्यान दे. पैशे पडलेत कुंपण घालायला. [आत ती हे असह्य होऊन डोळे घट्ट मिटून घेते. सखाराम खुंटीचा मृदंग काढून बैठक घेतो. गवसण्या काढतो. मृदंग हाताळतो. थोडा वाजवतो.]
सखाराम	: बहोत अच्छे. [ती चहा घेऊन येते. थांबून लक्ष वेधून घेण्यासाठी घसा खाकरते.]
सखाराम	: हां, द्या इकडे. [ती देते.]
सखाराम	: (चहा बशीत ओतून घुटका घेऊन गर्जना.] आ-हा-हा-हा-हा. [ती भयभीत.)
सखाराम	: फर्मास. [तिचा जीव भांड्यात. सखाराम चहा घेऊन कपबशी बाजूला ठेवतो. ती कपबशी उचलून आत जाऊ लागते.] तुम्ही पण चहा घ्या. काय लागेल ते घ्यायचं. कोण घे म्हणेल म्हणून वाट नाही बघायची. तसले लाड इथं होत नाहीत. [ती आत जाते. चुलीशी बसून एका फुलपात्रात चहा ओतून तो फुंकून घेणार तेवढ्यात बाहेरून आरोळी, 'सखाराम, हैस का?']
सखाराम	: (ओरडून) कोण— दाऊद मिया? ये, आत ये. [दाऊद येतो.]
दाऊद	: वालेकुम सलाम सखाराम.
सखाराम	: (ओरडून) आणखी चहा पाह्यजे बाहेर. (दाऊदला) आलेकुम सलाम दाऊद. ये— बैस.
दाऊद	: सुना, नया पंछी लाया है?
सखाराम	: हा. आत्ताच. झाला असेल अर्धाएक घंटा. कसं काय चाललंय तुझं?
दाऊद	: हमारा क्या, चला है कैसा तरी. (नजर आत) कहांसे लाया?

सखाराम : सोनावण्याहून. बातमी समजली म्हणून सकाळलाच गेलो होतो. धर्मशाळेत होती.

दाऊद : दिखाव तो जरा.(नजर आतल्याच दिशेला.)

सखाराम : बघण्यासारखं या खेपेस तसं काही नाही. कधीतरी चेहरा बरा असेल. पण रया गेल्यय सगळी, नवरोजीच्या छळानं.

[चहा कपबशीत घेऊन ती दाराशी येऊन उभी.]

तुला सांगतो मिया, आपण पाह्यलं, हे नवरे लेकाचे पावणेआठ म्हणून पोरं होत नाहीत आणि त्याचा राग काढतात बाईवर. साले उठबैस तिला धोपटतात, तुडवतात. नामर्द साले, अरे ती तर बोलून चालून माती— बास्—

[दाऊद ती दाराशी आल्याचे कळून सखारामला खुणांनी गप्प करतो.]

सखाराम : (दाराशी जाऊन तिच्या हातचा चहा घेऊन पुन्हा येत.) नवऱ्यांइतकी नामर्द जमात आपण पाहिली नाही बघ. अरे त्यापेक्षा आपण बरे.

[दाऊद चहाचा कप घेऊन दिलगीर चेहरा करतो.]

नाही, आपण पण वेळप्रसंगी हाणतो दोन, आपण कबूल करतो. पण धमक नाही म्हणून नाही. हा मृदंग जसा तापवला का चांगला वाजतो ना, तसं असतं आपलं. हां.

[ती स्वयंपाकघरात काहीतरी शोधू लागली आहे.]

सखाराम : बरं झालं यार, आपण कुणाचा नवरा झालो नाही. आहे हे मस्त आहे. सर्व काही मिळतं, पुन्हा बांधलेले नाही. कंटाळा आला, तिला आला, आपल्याला आला, खुली वाट. खतम खेळ. साली मगजमारी नाही. तिला आसऱ्यापरी आसरा, पुन्हा आपल्याला घरचं अन्न. स्वस्तात सगळ्या भुका भागतात. उठून कुणाच्या दारी नाही जावं लागत. बरं ती गरिबीनं राहते, हुशारीनं कामं करते, चोख वागते, कारण गलती झाली की बाहेर जावं लागणार— तिला असतं ना माहीत. तशी हुशार बाईची जात. लगीन झालं की मात्र गाफील होते. तिला वाटतं;

आता कुठं जातो नवरा. पण नवरा महा हलकट. तिला गुंतवतो
पण स्वत: गुंतत नाही. हा पुन्हा उनाड पंछी उडतोच गावभर.
नाही, आपण साफ काय असेल तेच बोलतो मिया. उगाच
आत बाहेर आपलं काही नाही. आतबाहेर ठेवून मिळवायचंय
काय आपल्याला? साले आपण कुठे कुणाचे लागतो आहोत?
(मृदंगाशी बसतो सरसावून. मृदंग मांडीवर घेतो.)

सखाराम : हा आहे ना, मृदंग? आज मांडीवर आहे. वेळ आली तर
असा उकिरड्यावर फेकून देऊ. काही वाटणार नाही. पुन्हा
पहाणारसुद्धा नाही. (मृदंगावर थाप मारतो.)

सखाराम : सगळ्या गोष्टी नाशिवंत आहेत, मग जीव गुंतवून उपयोग
काय? कशाला गुंतवायचा जीव? आपण कुणाचं वाकडं न
करता सुखात गेलं आयुष्य का झालं. बस! पण हां, खोटेपणा
नाही पाहिजे. पाप केलं, थोबाड फोडून घेऊन म्हटलं पाहिजे
की, मी पाप केलं. तयार असलं पाहिजे शिक्षेला. तिकडे वर
कुठली लपवाछपवी? जन्माला आलो तसं होऊनच समोर
जावं लागणार की नाही? असं करावं की बाकी काही वाटलं
तरी लाज वाटता कामा नये त्याची. लाज वाईट!

दाऊद : हो, सखाराम. हां. (अवघडलेला) लेकिन वो निकालो ना...

सखाराम : काय? चिलीम? (दाऊद गप्प करतो त्याला.) अरे लेका, मग
नाव घ्यायला कशाला लाजतोस? (जाऊन कोनाड्यातून साहित्य
काढतो.) गांजा म्हणजे काय घरंदाजाची ठेवलेली रखेली आहे?
सारा मामला गुपचूप? ही तर रंडी. चोराचोरीचा मामला नाही.
कुणीही तब्बेतीनं घ्यावी, दोन दम हाणावेत. तुला सांगतो, रंडी
जेवढी लौकर देवापाशी पोचेल ना, तेवढं कोण नाही पोचणार.
कोण नाही पोचू शकणार. कारण तिला मुळीच लाज नसते.
खुल्ला मामला, देवापुढंसुद्धा ती ताठ मानेनं अशी जाईल. म्हणेल,
पोटासाठी जगले. पण कुणाला फसवलं नाही. तकलीफ नाही
दिली. गुंतवून नंतर छळलं नाही. दिलं असलं तर सुख दिलं.
माणसाच्या जातीची खाज भागवली, खाज. लहान, मोठा, श्रीमंत,

गरीब, रोगी, निरोगी पाहिला नाही. सगळे समान मानले. हे देवा, पापं केली असली तर दुसऱ्यानं केली, मी पापी नाही!

[दरम्यान आत तिने अडगळीतून दोन-तीन तसबिरी शोधून काढून धूळ झटकून पुसून एका ठिकाणी मांडल्या आहेत.]

थांब— विस्तव आलो घेऊन.

[आत येतो. देवाच्या तसबिरी मांडून बसलेली ती पाहतो.]

सखाराम : विस्तव हवा.

[ती दचकते. उठून चुलीकडे येते.]

सखाराम : जेवण साताला तयार लागतं मला. जोंधळ्याच्या चार भाकऱ्या लागतात. बरोबर हिरव्या मिरच्या लागतात. लसणाची चटणी त्या तिकडे कुठल्या तरी डब्यात असेल. मिरच्या परडीत आहेत. जोंधळ्याच्या पिठासाठी तो मोठा डबा.

[ती एका थाळीत निखारा देते.]

सखाराम : असा नसतो द्यायचा चिलमीला विस्तव.

[कोपऱ्यातून धुपाचे जुनाट पात्र काढतो.]

यात देत चला.

[ती देते.]

सखाराम : तुम्हांला भात लागत असेल तर तांदूळ असतील घरात. आधीचीला लागत असत. शोधून बघा. डाळ पण असेल. आपण भात खात नाही.

[ती ऐकून घेते. तो तिच्याकडे किंचित नुसताच पाहून विस्तव घेऊन बाहेर येतो. तो गेल्यावर ती जेवणाच्या तयारीला लागते. निरांजन सापडते ते तसबिरीपुढे आणून ठेवते. बाहेर लांब घंटा वाजू लागतात. ती त्या दिशेने एक नमस्कार करते. बाहेरच्या खोलीत सखाराम आणि दाऊद गांजाच्या कामात व्यग्र. दम मारू लागतात.]

ओ— हो हो. बं भोले... दाऊदमिया, मजा आ रहा है...

[हे दृश्य काळोखात जाते. मृदंग घुमू लागतो.]

दृश्य दुसरे

[मृदंग घुमत राहतो तेव्हा ती स्वयंपाकघरात चिरगूट अंथरते आहे. सखाराम बाहेरच्या खोलीत मृदंग घुमवतो आहे.
ती देवाला नमस्कार करून चिरगुटावर, अंग आक्रसून, हात उशाशी घेऊन निजते. सखाराम मृदंग बाजूला सारतो.]

सखाराम : बं भोले... (करकचून कोरडी जांभई देतो. उठून दार उघडून बाहेर जातो.)

[मृदंग थांबला, पावले बाहेर गेली या चाहुलीने ती उठून बसते. दूर कुठेतरी भजन चालले आहे. ती उठून हळूच बाहेर येते. नजर टाकते. चिलमीचे साहित्य उचलून बाजूला ठेवते. तेथला केर काढू लागते आणि सखाराम येतो. ती दचकून अंग चोरून उभी.]

सखाराम : काढा, केर काढा.

[तो खुंटीकडे येऊन खमीस काढतो. उघडा होतो. स्वयंपाकघरात जाऊन तोंडावर पाणी मारतो. हे करताना तिथे अंथरलेले तिचे चिरगूट पाहतो. बाहेरच्या खोलीत येतो. ती त्याची वळकटी अंथरते आहे.]

सखाराम : तिथं नव्हे, तिकडे.

[ती गडबडीने जागा बदलून वळकटी अंथरू लागते. सखाराम गांजाच्या धुंद नजरेने पहातो आहे तिला. ती सखारामचे अंथरूण व्यवस्थित करण्यासाठी त्यावर बसून चादर सारखी करते. उठते.]

सखाराम : उठू नका, बसा.

[ती बाजूला होऊन खालमानेने अर्धवट उठू लागते.]

सखाराम : काय म्हणतो, उठू नका.

[ती स्तब्ध.]

सखाराम : आज इथंच निजा.

[ती थिजलेली. मग ती कशीबशी उठून आत जाऊ लागते.]

| सखाराम | : | ऐकताय ना. झोपण्याआधी पाय दाबून घेण्याची रीत आहे इथली. माणसं आली आणि गेली, पण रीत नाही चुकलेली. आज पण ती चुकणार नाही. (अंथरुणावर येऊन बसतो.) |
| सखाराम | : | बं— भोले. |

[ती एकीकडे उभी.]

| सखाराम | : | इथं उर्दूत बोलतंय का कोण? पाय! |

[ती गडबडीने कशीबशी येऊन बसते त्याच्या पायांशी.]

| सखाराम | : | (तुलनेने सौम्य स्वरात) पाय चेपा बरं. |

[ती त्याचे पाय उपरेपणाने चेपू लागते.]

| सखाराम | : | वरपर्यंत चेपा. |

[ती बिचकत पाय वरपर्यंत चेपू लागते.]

| सखाराम | : | नीट. पाय तुम्हांला खात नाहीत. थकलो आज. सकाळीच सोनावण्याला निघालो. येताना परत तेवढाच टिंगेरा पडला. फार चाल झाली. |

[ती पाय चेपते आहे मुकाट्याने.]

सखाराम	:	आता नाव सांगा एकदा तुमचं.
ती	:	लक्ष्मी.
सखाराम	:	लक्ष्मी? (तिला न्याहाळीत) चांगलं आहे नाव. मालकाचं नाव काय?
लक्ष्मी	:	(गप्प. पाय चेपते आहे.)
सखाराम	:	मालकाचं नाव तुमच्या?

[ती न बोलता पाय चेपत राहते.]

| सखाराम | : | अच्छा, अच्छा, नाव घ्यायचं नसतं नाही का. आपल्याला त्याची सवय नाही— |

[ती हुंदका देऊन डोळे टिपते पदराने.]

| सखाराम | : | काय झालं? नाही विचारीत. बास? तुम्हा टाकलेल्या बायकांत बाकी काय असलं नसलं तरी एवढ्यापुरती सगळी एक तऱ्हा. नवऱ्याचं नाव निघालं का डोळ्याला पाणी. तोच लुटून आणि वर लाथा हाणून घराबाहेर काढतो, जीव घ्यायला निघतो, पण |

तरी तो देव. असल्या देवाला खेटराची पूजा हवी. चौकात
जोड्यांनी हाणलं पाहिजेत. हे देव, काय?

[ती पाय चेपते आहे.]

सखाराम : तुम्ही पण सगळ्या एकजात मेल्या आईचं दूध प्यायलेल्या.
मुर्दाड. लाथा बसल्या तरी पुन्हा पुन्हा पाय धराल.

[ती मुकाट्याने पाय चेपते आहे.]

सखाराम : जेवला?

[ती पाय चेपते आहे.]

सखाराम : मी काय विचारतोय? प्रश्नावर उत्तर दिलं नाही तर खपत नाही
आपल्याला. जेवलात का?

[ती नकारार्थी मान हालवते.]

सखाराम : का नाही जेवला?

[ती पाय चेपते आहे.]

सखाराम : मी काय विचारतोय? (पांघरूण दूर उडवतो.)

लक्ष्मी : (जरा भ्यायलेली.) आज चतुर्थी. त्यात भूक नव्हती.

सखाराम : (हे उत्तर अनपेक्षित.) म्हणून उपास?

[लक्ष्मी होकारार्थी मान हालवते.]

सखाराम : सकाळी तर जेवण नसणारच. काल?

[लक्ष्मी नकारार्थी मान हालवते.]

सखाराम : मग काय उपाशी मरायचंय काय?

लक्ष्मी : सवय आहे मला.

सखाराम : सवय आहे! या घरात हे चालणार नाही. इथं दोन वेळा रगडून
जेवायचं. अंग मोडून सेवा व्हायला हवी. सगळे उपासतापास
बंद, सांगून ठेवतोय.

[लक्ष्मी काही बोलत नाही.]

सखाराम : जा, झोपा जा आता.

लक्ष्मी : (घुटमळत) एक विचारू?

सखाराम : विचारा की.

लक्ष्मी : (घोटाळून) कापूस कुठं असतो? निरांजन लावलं असतं देवाशी.

सखाराम : आधीची कुठं ठेवीत होती ठाऊक नाही. त्यात आपण कधीच लक्ष घातलं नाही. चिलीम कुठं असते, मृदंग कुठं असतो विचारा, ते आपलं राज्य. नसला तर आणून टाकतो उद्या कापूस. आता आणखी काय?

लक्ष्मी : (अनावरपणे) आधीची कशी होती?

सखाराम : आधीची. हा प्रश्न येतोच. नंतरचीला आधीचीबद्दल विचारायचं असतंच. सहा झाल्या, पण हे चुकलं नाही. आधीची कशी होती. अंथरुणात फार नव्हती; हडकतच गेली. झुरत होती. मास नाहीच, सगळी हाडंच. पण इमानी होती फार. वर मान करून कधी पाहिलंन नाही, मग उलटून बोलणं राहिलंच. मिरजेच्या इस्पितळात गेली. आठवडा होईल.

लक्ष्मी : मुलं होती?

सखाराम : दोन होती. ती नवऱ्यानं ठेवली. म्हणून तर जास्त झुरणी तिला. शेवटचा श्वास लागला तरी तोंडानं नवऱ्याचं आणि मुलांची नावं घेत होती. तोंडात शेवटचं पाणी मी घातलं, पण तिच्या तोंडात नाव मात्र नवऱ्याचं.

[लक्ष्मी उसासा सोडते.]

सखाराम : काय झालं? सगळं रीतसर केलं. अग्नी मी दिला. कावळा काय पिंडाला शिवेना. तेव्हा शिव्या घातल्या भरपूर. म्हणालो, तो हरामखोर तुला टाकतो त्याची तकलीफ मला देतेस? मी तुझा काय लागतो आहे? तुला आसरा दिला घरात ही काय माझी चूक झाली? मला मुकाट्यानं आधी मोकळं कर. दरडावलं तशी कावळा शिवला भस्सकन. अंघोळ करून मोकळा झालो. या घराचा उंबरठा ओलांडून एकदा आत आलं की ते माणूस इथलं. पुन्हा बाहेर गेलं की संबंध संपला. तकलीफ नाही पाह्यजे. पण बाहेर पाठवतानासुद्धा रीतसर साडीचोळी आणि पन्नास रुपये देऊन मग पाठवतो आपण. वर तिकीट, जायचं असेल तिकडलं. हे सांगायचं राहिलं होतं, बरं झालं आठवण झाली. शिवाय इथं मिळतं ते बरोबर नेण्याची मोकळीक.

म्हणजे कपडे, वहाणा, बांगड्याबिंगड्या. रीतीत कमी नाही
होणार. माणुसकी सोडायला हा सखाराम बाइंडर काय कुणाचा
नवरा नव्हे. जा, झोपा, पेंगू नका. उपासांनी त्राण नाही उरलंय.
पण यानंतर असं मरतमढ्यासारखं या घरात फार काळ नाही
निभणार, सांगून ठेवतोय. आपली भूक साधी नाही. मग
तक्रार चालणार नाही. सकाळी सातला मला प्रेसमध्ये पोचावं
लागतं. दुपारला बाराला घरी येतो. पुन्हा दोनला निघतो का
सहाला परत. ओव्हर-टाइम, काम अर्जंट द्यायचं असलं म्हणजे.
सकाळी ठीक साडेसहाला दोन भाकऱ्यांची न्याहारी तयार
हवी. आजचा रोज सोनावण्याला जाण्यात बुडाला. उद्या
ओव्हरटाइम करावा लागणार.
[आडवळतो. कुशी वळतो. ती आत जाते निघून. लांबवर
भजन चालू आहे. प्रकाश जातो.]

दृश्य तिसरे

[प्रकाश येतो तेव्हा रात्र बरीच चढलेली. सखाराम घोरतो आहे
गाढ झोपेत. बाहेर अगदी शांत. लक्ष्मी त्याच्या पायांशी जवळच
पलीकडे गुडघ्यांवर मान टेकवून एकीकडे बसून आहे. मध्येच
डोळे मिटते. पुन्हा उघडते. हळूहळू प्रकाश जातो]

दृश्य चौथे

[पुन्हा प्रकाश येतो तेव्हा स्वयंपाकघरात लक्ष्मी बसलेली दिसते
आहे. आता जरा कमी ओढलेली आणि थोडी टवटवीत
दिसते. बाहेरच्या खोलीत कोणी नाही.]

लक्ष्मी : (वाकून मोठमोठ्यांदा हसत बोलते आहे.) लबाडा, मला फसवतोस
होय? बाहेर घालवला तरी पुन्हा परत येतोस? तुला रोज
खायला हवं होय रे? सोकावलास की! आता काही नाही
मिळणार! नाही मिळणार म्हणते तर? अगदी नाही. तोंड वर
करून बघू नकोस. हो तिकडे आधी, तिकडे हो— अरे तिकडे
जा म्हणते तर? अंगझटीला येतो मेला! मी तुला सांगते,
माझ्या अंगाशी येऊ नकोस! नको म्हणते ना? (गुदगुल्या

झाल्याप्रमाणे हसत) अरे नको! आता बघ हं, मांडीवर चढलास
तर हाणीन एक. हो दूर. दूर हो आधी, चिकटोबा कुठला.
आज तुला काही नाही मिळणार. रोज रोज ताप काय रे तुझा?
आधी अंगावरून उतर! (खिदळते आहे.) उतर ना रे अंगावरून
आधी. आई ग— का त्रास देतोस मला?

[सखाराम कामावरून येऊन दाराशीच हे ऐकत उभा.]

लक्ष्मी : उतर ना रे अंगावरून...

[सखारामाचा पारा चढू लागतो. ताडताड स्वयंपाकघरात जातो.
तिथे लक्ष्मी एकटीच खिदळते आहे. सखारामला पाहून गप्प
होते. येऊ पाहणारे हसू दाबीत अंग सावरून उभी राहते.]

सखाराम : (इतस्ततः संशयाने पाहत) काय चाललं होतं?

लक्ष्मी : (मानेनेच) काही नाही.

सखाराम : मग एवढं हसायला काय झालं होतं? (संशय फिटलेला
नाही.) कुणाबरोबर बोलणं चाललं होतं?

[लक्ष्मी हसू दाबते आहे.]

सखाराम : (जरा गुरगुरूनच) काय खूळ लागलंय का काय मुकाट्यानं
बोलायला? (इतस्ततः पाहून घेतोच आहे.)

[लक्ष्मी हसू घालवून गप्प उभी.]

सखाराम : कुणाशी बोलत होता?

[लक्ष्मी नुसतीच नकारार्थी मान हालवते.]

सखाराम : (जाकीट काढीत बाहेर येतो.) एकट्यानंच बोलतात! हं:!

[येता येता पुन्हा अविश्वासाने पाहून घेतो. लक्ष्मी, सखाराम
बाहेर जाताच, बसली होती तिथे काहीतरी घाईघाईने शोधते.]

सखाराम : (बाहेरच्या खोलीतून) पुन्हा असलं चालणार नाही, सांगून
ठेवतोय! एकट्यानंच हसतात! हं:!

[लक्ष्मी चुलीवरचा चहा उतरवते. मग बादलीतून पाणी आणि
तांब्या घेऊन ओटीकडे येते. सखाराम तिथे येऊन उभा. ती
पाणी घालते. तो हात, तोंड, पाय स्वच्छ धुतो. तिने दिलेल्या
पंचाने पुसतो. दोघे आत येतात. सखाराम पुढे. लक्ष्मी मागे.

सखाराम येऊन बैठकीवर लेटतो. लक्ष्मी बसून त्याचे पाय मुकाट्याने चेपू लागते. तो तिच्याकडे आणि आता काहीशा नवलानेच पाहतो आहे. दोघांची नजरानजर. लक्ष्मी खाली पाहते.]

सखाराम : (तिचा हात धरून) हसायला काय झालं होतं?

लक्ष्मी : (हात सोडून) कुणी पाहील.

सखाराम : मग लाज आहे का काय कुणाची?

लक्ष्मी : चहा घेऊन येते—

सखाराम : (तसाच जरा हात धरून किंचित विचार करून सोडतो.) लौकर या.

[लक्ष्मी आत जाऊन चहा घेऊन येते. त्याला देते.]

सखाराम : (तो हाती घेऊन शेजारची जागा दर्शवीत) बसा.

[ती उभी.]

सखाराम : मी म्हणतोय बसा इथं.

[ती कशीबशी बसते जरा अंतर ठेवून.]

सखाराम : अशा लग्नाच्या बायकोसारख्या नको, जवळ बसा. (तिला शेजारी ओढतो. आपल्यातला चहा देतो.) घ्या—

लक्ष्मी : माझा आहे आत—

सखाराम : तोंड फोडून टाकीन पुन्हा ऐकलं तर. माझ्यातला देतोय तर म्हणे आहे आत. हूं!

[ती घोटभर चहा घेते. 'पुरे' म्हणते. तो जबरदस्तीने आणखी घ्यायला लावतो. मग तो घेतो. ती चहाची कपबशी घेऊन जाऊ लागते. तिला अडवून.]

कुणाबरोबर चाललं होतं बोलणं हसणं मघा?

लक्ष्मी : कुणाबरोबर नाही.

सखाराम : मग मी ऐकलं ते काय मनचं?

लक्ष्मी : नव्हे. तसं नव्हे—

सखाराम : मग?

लक्ष्मी : असंच.

सखाराम	: असंच म्हणजे?
लक्ष्मी	: (घुटमळून) मुंगळ्याबरोबर.
सखाराम	: काय?

[लक्ष्मी होकारार्थी मान हालवते 'तसंच' अशा अर्थी]

सखाराम	: मुंगळ्याबरोबर बोलत होतात?
लक्ष्मी	: हूं. खरंच.
सखाराम	: मुंगळा नव्हता का बोलत तुमच्याशी?
लक्ष्मी	: हो. (मग) नाही.

[सखाराम थक्क होऊन पाहतो आहे.]

लक्ष्मी	: म्हणजे त्याचं बोलणं मीच बोलत होते.
सखाराम	: मुंगळ्याशी बोलत होतात! आणखी नाही का काही?
लक्ष्मी	: (गप्प उभी.)
सखाराम	: डोकं तपासून घेतलं पाहिजे, म्हणा की. मुंगळ्याशी बोलत होता. ओळखीचाच असेल मुंगळा?
लक्ष्मी	: हो. ओळख बोलू लागलं की होते. मी त्याला साखर घालते. तो येतो.
सखाराम	: काय एकच असेल मुंगळा? घरात ढीगभर असतील. कोणता पण येत असेल!
लक्ष्मी	: मला ओळखू येतो 'तो' मुंगळा.
सखाराम	: तो कसा काय?
लक्ष्मी	: तसाच. तो आला की कळतं.
सखाराम	: कळतं? ते कशावरनं?
लक्ष्मी	: त्याच्या चालीवरनं.
सखाराम	: मुंगळ्याची चाल?
लक्ष्मी	: खरंच. हा मुंगळा भरभर धावत नाही काही येत. सावकाश येतो आणि साखरेच्या दाण्याला तोंड लावण्याआधी दाण्याच्या भोवती एकदा फिरतो.
सखाराम	: कोण? मुंगळा? आणखी नाही का काय करत?
लक्ष्मी	: हो. एकदा तोंड साखरेला लावून झालं की एका पायानं आधी

तोंड साफ करतो.

सखाराम : तोंड साफ करतो! वा:! आणखी काय काय करतो हा तुमचा मुंगळा?

लक्ष्मी : दाणा घेऊन भिंतीशी जातो.

सखाराम : आणि?

लक्ष्मी : अलीकडे दोन दिवस धीट झालाय तो. साखरेचा दाणा सोडून माझ्या मागूनच येत रहातो सारखा.

सखाराम : असं का. छान. आणखी?

लक्ष्मी : अंगावर चढतो.

सखाराम : वा. अंगावर चढतो, अं? मग आणखी?

लक्ष्मी : काही केल्या उतरत नाही. (उठत) दाखवू का आणून?

सखाराम : कोण? मुंगळा? अद्याप आमचं डोकं ठिकाणावर आहे. म्हणे मुंगळा बोलतो. चालणार नाहीत हे असले वेडेचार इथं. इथं शहाण्यासारखं रहायला हवं. काय? नीट ध्यानात ठेवा. जा आत.

[ती चहाची कपबशी घेऊन आत जाते. सखाराम ती आत जाताना बघतो आहे. लावणीचा पहिला चरण पुरुषी बेसूर आवाजात गुणगुणतो.]

सखाराम : हे आणखी वेगळंच प्रकर्ण. ती आधीची नवऱ्याचा सदरा कवटाळायची तर ही मुंगळ्याशी बोलते! काय साले हे नवरे करून टाकतात बायकांचं.

[ती आत जाऊन चुलीशी कपबशी विसळून ठेवते. तशीच वाकून इकडे तिकडे शोधक नजरेने पाहत राहते मग तिथेच बसते. सखाराम 'आज अजून दाऊद आला नाही...' पुटपुटत कोनाड्यातले. चिलमीचे साहित्य काढू लागतो.]

लक्ष्मी : (हळू पण ऐकू येणाऱ्या आवाजात) तुझ्यामुळं... तुझ्यामुळं बोलणं खावं लागलं मला. तर काय. तू साखर खा आणि मला मात्र बोलणं. कुणाला खरं नाही वाटत. मुंगळे, मुंग्या, चिमण्या, कावळे, सगळे माझ्याशी बोलतात. कशाला बोलता तुम्ही माझ्याशी? अं? कछाला बोलता ले? छांग ना! छांग लबाला... छांग...

[मधल्या दाराशी विस्तवासाठी आलेला सखाराम हे पाहत उभा. त्याचे डोके जाते.]

सखाराम : (ओरडून) अरे काय आहे काय? हे घर आहे का वेड्यांचं इस्पितळ?

[ती धसकून उभी.]

सखाराम : काय म्हणालो मी? खबरदार हा प्रकार चालेल तर यानंतर! सगळा पागलपणा एकदम बंद!

[ती थरथरते आहे भयाने.]

सखाराम घरातनं बाहेर काढीन असले वेडेचार पुन्हा चालतील तर. विस्तव पाह्यजे मला.

[ती मुकाट्याने धूपपात्र उचलून त्यात निखारे टाकून त्याच्या हाती देण्यासाठी येते.]

सखाराम : रडणं बंद! काय मेलं का काय कोण? मेलं तरी रडायचं नाही या घरात.

[ती घाईने डोळे पुसण्याच्या प्रयत्नात धूपपात्र कलंडते. निखारे पडतात तिच्या पायावर. ती चरचरून चटका बसल्याने कण्हून खाली बसते. पाय धरते. सखाराम घाईने पायाने निखारे दूर उडवतो.]

सखाराम : भाजू द्या भाजू द्या पाय खरपूस! काय वाटणार नाही मला.

[ती वेदनेने कळवळते. तशीच उठते. धूपपात्र उचलते. निखारे त्यात गोळा करू लागते.]

सखाराम : गलथानपणाची अद्दल घडलीच पाह्यजे. म्हणजे पुन्हा तो होणार नाही. भांडं नीट धरता येत नाही? नालायक जात! उठता लाथ, बसता बुक्की देऊन याद द्यावी लागते. द्या तो विस्तव इकडे आणि जा आत. लावा काय तरी पायाला, नाही तर मरा.

[तिने धूपपात्रात धरलेला विस्तव घेऊन चिलमीकडे येतो. ती आत जाते. आत चुलीशी पाय कुरवाळत राहते, चरचरत्या वेदना कमी करण्याच्या प्रयत्नात.]

सखाराम	: (चिलीम तयार करीत) हा दाऊद पण आला नाही आज. कुठं उलथला कुणास ठाऊक. [ती चुलीशी बसून पायावर फुंकर घालते आहे पुन्हा पुन्हा. बाहेर सखाराम विस्तव फुलवतो आहे.]
सखाराम	: (चिलमीचा दम मारून) बं— भोले.....
लक्ष्मी	: (पाय कुरवाळीत जमिनीकडे पहात उदास स्वरात) कशाला विचारतोस तोंड वर उचलून? काय किंमत आहे इथं? बोलून चालून टाकलेली. भाजून कोळसा झाला पायाचा तरी कोण विचारणार? पहातोस काय? लाज नाही तुला? जा तिकडे. काळं तोंड दाखवू नको तुझं, चालता हो आधी तिकडे. स्स्_ हाय.... जा बघू तू.... जा नाही तर मारीन बघ.... [ह्या दृश्यावर काळोख होतो.]

दृश्य पाचवे

[स्वयंपाकघरात छोट्या चिमणीचा पडेल तेवढाच अगदी मंद प्रकाश. बाहेरली खोली पूर्ण अंधारात. फक्त आवाज ऐकू येतात.]

सखाराम	: ए, ऊठ. ऊठ ना. आता उठतेस का... जागी हो नाहीतर हाणीन एक. ऊठ म्हणतो ना—
लक्ष्मी	: (झोपाळल्या स्वरात) काय आहे. मग उठते.
सखाराम	: मग नाही— आधी ऊठ.
लक्ष्मी	: अयाई. काय म्हणता? अजून रात्र तर आहे.
सखाराम	: म्हणूनच उठवतोय.
लक्ष्मी	: काय?
सखाराम	: तशी हस.
लक्ष्मी	: कशी? काय रात्रीचं पण....
सखाराम	: आधी तशी हस.
लक्ष्मी	: तशी म्हणजे कशी... मला फार झोप येते ना पण— दोन रात्री झोप नाही...
सखाराम	: झोप मग जराशानं, आधी तशी हस. मुंगळा अंगावर चढतो

म्हणून संध्याकाळला हसत होतीस तशी. (थांबून) हस ना—

लक्ष्मी : हसते हो मग. अयाई, पाय दुखला ना माझा— आ ऽ...

सखाराम : मग हसत का नाहीस? हस आधी. हस.

लक्ष्मी : मला नाही येत...

सखाराम : मुंगळ्यामुळं हसतेस. मी सांगतो तर जमत नाही? भाजलेला
पाय मुरगाळीन बघ. आधी हस तशी. ऊठ. झोपायचं नाही,
ऊठ!

लक्ष्मी : खरंच. नाही येत. सोडा मला. झोपू दे.

सखाराम : नाही. झोप मग. ऊठ आधी. हस— हस नाही तर गळा
दाबीन. हस. हस. हस आधी— हस—
[लक्ष्मीचे प्रथम प्रयत्नपूर्वक हसणे. मग खरे हसणे,
संध्याकाळसारखेच. मग सखारामचे हसणे ऐकू येऊ लागते.
दोघांचे हसणे चालू राहते. मग हसणे थांबते. स्तब्धता.]

लक्ष्मी : अयाई. थकले मी. आता नाही हो हसवत.... झोपू दे ना आता
मला. पाय पण भारी ठुसठुसतोय.

सखाराम : कुठे. बघू. पुन्हा वेंधळेपणा झाला तर मात्र पाय मोडीन,
सांगतोय. नालायक जात...
[पूर्ण काळोख होतो.]

दृश्य सहावे

[प्रकाश येतो.
स्वयंपाकघरात लक्ष्मी लगबगीने कसली तरी तयारी करते
आहे. बाहेर ललकारी— 'मंगलमूर्ती, मोरया... ओरडा रे
पोरांनो, मंगलमूर्ती...' हा सखारामचा आवाज. पोरांचा गलका,
'मोऽऽऽरया' सखाराम गणपतीची मूर्ती पाटावरून घेऊन आणि
मागोमाग दाऊद झांजा घेऊन, असे दोघे येतात उत्साहाने.]

सखाराम : (दाराशी येऊन) मंगलमूर्ती...

दाऊद : मोरया.
[लक्ष्मी पूजेच्या तयारीने लगबगीने बाहेर येते. मूर्तीची पूजा
होते. थोडी आरास केली आहे तिथे सखाराम मूर्ती ठेवतो.]

सखाराम : बसा, मंगलमूर्ती, बापजाद्यांचं काय माहीत नाही पण आमच्या
घरात पहिल्यांदाच आलात. आराम करा. खा, प्या, चैन करा.
जोडीला हे उंदीरराव आहेतच, टपून बसलेले. काय उंदीरराव,
बरं आहे ना? आहेच म्हणा. हे गणपतराव पाठीवर बसत
नाहीत तोपर्यंत बरं आहे. गणपतरावांनी बाकी वहान पण
वहान शोधलं—

लक्ष्मी : काय हे? असं बोलू नये.

सखाराम : काय झालं? दाऊद, यात मी? वाईट बोललो? तूच सांग,
काय मी याचं पोट काढलं का दातांची थट्टा केली? का
सोंडेचा विषय काढला मी? सांग—

लक्ष्मी : पुरे बरं—

सखाराम : नाही, मी काय वावगं बोललो ते सांग तू मला, दाऊद—

दाऊद : रहने दो ना... नही बोलना तो नही— अरे मंगलमूर्ती तो सब
जान पाएगा. देव है ना.

सखाराम : नाही पण आल्या आल्या हा असा पाणउतारा? एवढा कधी
नव्हे तो स्वत: जाऊन गणपती घरी आणला—

दाऊद : रहने दो यार. अब परसादकी कुछ बात करो, हमे जाना है
धंदेको—

लक्ष्मी : आरती केल्याशिवाय जायचं नाही कुणी. ही मी आले तबक
तयार करून (आत जाते.)

दाऊद : यह ठैरा. पाप नको म्हणून सगळ्या धर्माच्या देवांना जपतो
आपण, यार, कोणता देव खफा होईल आणि आपलं वाईट
करेल, काय नियम?

सखाराम : आपण साफ तर दाऊद, जगातल्या कोणत्याच देवाच्या बापाची
आपलं वाकडं करण्याची टाप नाही! हां!

दाऊद : पण सखाराम, आपण साफ नाही. जगताना देवाच्या कोर्टाची
साली यादच रहात नाही आपल्याला. हर वख्त नवा गुन्हा.

सखाराम : तो खालच्या कोर्टातला. दाऊद, देवाच्या कोर्टात गुन्हा एक :
खोटेपणा. बस्स! खोटेपणाला जन्मठेप— काळं पाणी. तो

सगळ्यांत वाईट गुन्हा. अरे, जे सालं शरीर देवानंच हाडं, मांस आणि जान भरून शिवून पाठवलं त्याला काय त्या शरीराची खाज माहीत नाही होय? अवतारात शरीर धारण केलं देवानं तेव्हा काय झालं? कृष्णाचं आठव, दाऊद—
[लक्ष्मी आरतीचे तबक घेऊन येते.]

लक्ष्मी : (सखारामला) हं. घ्या.
[सखाराम तबक हाती घेतो. ती निरांजन पेटवते. दाऊदमिया मदत करतो.]

लक्ष्मी : तुम्ही बाजूला व्हा भावजी—
[दाऊद बाजूला होतो.]

लक्ष्मी : (सखारामला) हं, करा सुरू आरती—

सखाराम : दाऊद, म्हण— सुखकर्ता दुखहर्ता वार्ता विघ्नाची—
[दाऊद झांजा घेऊन साथ करू लागतो. दोघे म्हणू लागतात ढाल्या आवाजात. लक्ष्मी हे न आवडल्यासारखी बाजूला होते.]

लक्ष्मी : (खुणेने दाऊदला) तुम्ही नको.
[दाऊद गप्प होतो.]

सखाराम : (म्हणता म्हणता म्हणायचा थांबून) काय झालं? दाऊद, अरे बोल, वार्ता विघ्नाची, नुरवी पुरवी प्रेम कृपा जयाची—
[दाऊद गप्प.]

सखाराम : अरे यार, टाळा उघड, गप्प काय झालास? सर्वांगी सुदंर—
[दाऊदचे लक्ष लक्ष्मीवर.]

सखाराम : काय झालं? का नाही आरती म्हणत तू?
[दाऊद गप्प.]

सखाराम : का नाही म्हणत सांग.
[दाऊद हळूच लक्ष्मीकडे बघतो आहे.]

सखाराम : म्हणू नको सांगितलं तुला?
[दाऊद गप्प.]

सखाराम : [लक्ष्मीकडे वळतो.] अच्छा. दाऊदनं काय म्हणून नाही म्हणायची आरती?

लक्ष्मी	: कारण— ते मुसलमान आहेत ना.
	[सखाराम एकदम आरती उधळतो खाली. दाऊद, लक्ष्मी भयभीत.]
सखाराम	: दाऊदला आरती म्हणायला कोण बंदी करतं?
दाऊद	: जाने दो सखाराम—
सखाराम	: तू गप्प बैस! (लक्ष्मीला) काय म्हणून त्याने आरती नाही म्हणायची?
लक्ष्मी	: ते मुसलमान आणि आपण— हिंदू—
	[सखाराम तिच्या कानपटात जीव खाऊन भडकावतो. ती कानपट धरून कळवळून हेलपाटते.]
सखाराम	: पुन्हा बोल!
लक्ष्मी	: काय चुकलं माझं? गणपतीच्या पूजेत मुसलमानाची आरती— कशी चालेल?
सखाराम	: का नाही चालणार? माझी चालते तर त्याची का नाही चालणार?
लक्ष्मी	: मुसलमानाच्या हातानं—
	[सखाराम पुन्हा एक भडकावतो तिच्या. आणखी एक भडकावतो.]
दाऊद	: सखाराम, छोड यार—
	[सखाराम खुंटीचा पट्टा सोडवून घेतो.]
सखाराम	: (लक्ष्मीला) पुन्हा बोल तू! पुन्हा बोल!
लक्ष्मी	: खरं आहे ते बोलते. माझ्या घरच्या गणपतीला मुसलमानाहातची आरती—
	[सखाराम पट्ट्याने एक सज्जड फटका ओढतो.]
दाऊद	: सखाराम—
लक्ष्मी	: (वेदनेने कळवळलेली, ताठ होऊन) मारायचं तर आत मारा. देवापुढं नको. आजच आलाय देव घरात.
दाऊद	: सखाराम, यार, सुन—
सखाराम	: (लक्ष्मीचा थरथरता ताठ पवित्रा आव्हान वाटून) चल आत. पहातोच तुला.
	[ती वळून आत जाते. मागोमाग सखाराम पट्ट्यासकट आत

जातो. दाऊद आहे तिथेच. आत एकामागून एक फटके बसू लागतात. लक्ष्मीचे वेदनेचे अस्पष्ट हुंकार. पण बोंब नाही. दाऊदला सहन न होऊन घाईने बाहेर जातो. आत मार चालू. काळोख.]

दृश्य सातवे

[मंद प्रकाश होतो तेव्हा सखाराम नाही. लक्ष्मीचे कण्हणे स्वयंपाकघरातून ऐकू येते आहे. ती कशीबशी उठते. कण्हत, लंगडत देवाशी येते. आरतीचे उधळलेले तबक गोळा करून ठेवते. समई लावते. देवापुढे बसते. मग उठून लंगडत कशीबशी आत जाते आणि आडवी होते. किंचित्काळ.]

सखाराम : (बाहेर तर्र आवाजात) मुसलमान आरतीला चालत नाही म्हणे— चालत नाही... दाऊद, तू सच्चा आहेस. अच्छा, जा दोस्त— उद्या ये आरतीला— साली कशी नाही म्हणू देत बघतो— हां— (आत येतो धडपडत. प्यायलेला. बडबडतच खुंटीशी जाऊन जाकीट, शर्ट काढतो. तिथल्या पट्ट्याकडे लक्ष जाते. तिथून देवाकडे लक्ष जाते.)

सखाराम : नाही— तुझा काय दोष नाही... तुझा दोष नाही— (देवाकडे येतो. आरतीचे तबक शोधतो. काडी शोधून समईवरून निरांजन लावतो. आणि तबक कसेबसे हाती धरून उभा राहतो.) प्यायलोय आज— माफ कर— (बेसूर आवाजात आरती म्हणू लागतो तबक धरून. तारवटलेली मुद्रा.) [काळोख.]

दृश्य आठवे

[दिवाणखान्यात समईचा उजेड. स्वयंपाकघरात काळोख. फक्त संवाद.]

सखाराम : हस. हसतेस का नाही.
लक्ष्मी : (कण्हत) नाही.

सखाराम : हसतेस का नाही?

लक्ष्मी : अंग फार दुखतंय माझं— (कण्हत) आग लागल्यय जशी
सगळ्या अंगाला—

सखाराम : लागू दे. पण हस पहिली. मी काय म्हणतोय? या घरात माझी
आज्ञा पाळलीच पाहिजे. मी म्हणेन ते झालं पाहिजे. हसतेस
का काढू घराबाहेर आताच? काढू? चल— ऊठ—

लक्ष्मी : सोडा मला— अयाई— आई ग—

सखाराम : हसेपर्यंत सोडणार नाही—

लक्ष्मी : मरेन मी—

सखाराम : मर. पण हसत मर.

[लक्ष्मी (कण्हत राहते.)]

सखाराम : हस आधी— हस— पिरगाळू हात? पिरगाळू? पट्टा आणू
सकाळचा? हस— तशी हस अगोदर— काय म्हणतो मी—

[लक्ष्मीचे हसण्याचे प्रयत्न. त्यातच वेदनेचे कण्हणे. मग तिचे
हसणे वाढते. अस्वली गुदगुल्या व्हाव्या तसे चालू राहते.
वेदनेपोटच्या चीत्कारांसकट. यात सखारामचे धुंद हसणे मिसळत
राहते. बाहेरच्या खोलीतील समई विझते.

[काळोख.

[मृदंग घुमू लागतो.]

दृश्य नववे

[मृदंग किंचित्काळ घुमत राहतो. प्रकाश.
सखाराम मृदंग वाजवतो आहे धुंदीत. लक्ष्मी पाण्याचे घडे
घेऊन येते. कसेबसे स्वयंपाकघरात नेऊन ठेवते. कशाचा तरी
आधार घेऊन दम टाकते.]

सखाराम : (ओरडून) चहा कर कपभर— लौकर.

[स्वयंपाकघरात लक्ष्मी तशीच आधार घेऊन उभी.]

(ओरडून) हो म्हणायला नरडं बसलं का काय? लौकर चहा
हवा.

[लक्ष्मी चुलीशी जाते.]

लक्ष्मी : (कुरकुरत) करते, पाणी आणून जीव घाबरला माझा. शरीर आहे का दगड... मेले एकदाची म्हणजे सुटेन...

सखाराम : (उठून स्वयंपाकघराकडे येतो.) काय म्हणालीस?

लक्ष्मी : टाकला चहा.

सखाराम : म्हणालीस काय ते बोल—

[लक्ष्मी मुकाट्याने चहाचे पहाते.]

बोल ना काय बोलत होतीस ते. बोल आधी.

लक्ष्मी : (एकदम फुटून) मग काय राहीन का काय? किती सहन करायचं तरी माणसानं? घरात येऊन आज वर्ष झालं. एक दिवस विश्रांती नाही. आजारपण म्हणून नाही का सणवार म्हणून नाही. सारखं राब राब राबायचं! दिवसा छळ, रात्री छळ. जीव जाईल अशानं एक दिवशी माझा म्हणजे झालं—

सखाराम : जाऊ दे की जीव. मी तर्पण करीन. नवऱ्यानं टाकली तेव्हा कोण विचारणार होतं? मी घरी आणली. अन्नाला लावली. कपडा दिला. निवारा दिला. काय वर आले होते माझे पैशे?

लक्ष्मी : गेले असते वाट फुटेल तिकडे; नाही तर जीव दिला असता नदीत. कोण आलं होतं तुमच्या दाराशी, घरात घ्या म्हणून? नदीत बुडाले असते तर संपले तरी असते एकदाची.

सखाराम : मग अजून दे जीव. नदीवरनं तर आलीस आत्ता. रोज येतेस. कोण अडवतं तुला?

लक्ष्मी : जीव वर नाही आला माझा. माझ्या आईनं जल्म दिला नऊ महिने पोटात वागवून तो काय खेळण्यावारी जाण्याकरता नव्हे. टाकलेली असेन पण घरंदाज आहे. बाप मुन्सफ होता माझा.

सखाराम : मुन्सफ गेला चुना लावीत. नवऱ्यानं टाकलेल्या बाईला घरंदाज म्हणत नसतात कुणी. मी म्हणून घरात थारा दिला तुला.

लक्ष्मी : मी म्हणून नांदले. दुसरी तिसरी निघून गेली असती!

सखाराम : सहा नांदल्या सहा. तू सातवी.

लक्ष्मी : त्यांतली एक नीट नांदती तर मला कशाला आणली असती.

सखाराम : म्हणजे मला गरज म्हणून आणली?

लक्ष्मी : मग काय उपकार केले माझ्यावर?

सखाराम : राहू दे चहा. तू चालती हो आत्ताच्या आत्ता.
[लक्ष्मी चहा कपात ओतते.]
चालती हो आधी, चल.

लक्ष्मी : होईन. घ्या एकदाचा. (चहा पुढे करते.)

सखाराम : वर्षभर राहून माज आला होय तुला. (मांडी घालून बसून चहा घेऊ लागतो.) जा, नीघ इथनं. तोंड दाखवू नको पुन्हा.

लक्ष्मी : नाहीच दाखवणार. पुतण्या आहे माझा अमळनेरला. त्याच्याकडे जाते.

सखाराम : काळं कर इथून.

लक्ष्मी : (दुसरे काम करीत) जायचं तेव्हा जाईन मी.

सखाराम : च्यायला, ही मस्ती?

लक्ष्मी : मेली कोंबडी आगीला भीत नाही. काय होणार माझं आणखी? या घरात काय व्हायचं राह्यलंय? जग जाणतं काय चालतं ते. पोरंसोरंसुद्धा बोलतात.

सखाराम : (चहा संपवून) काय बोलतात?

लक्ष्मी : ऐकावं हवं तर स्वत:

सखाराम : पोरासोरांचं ऐकत नसतो मी. बोलतात काय पण?

लक्ष्मी : मी कशाला विटाळू तोंड, मार बसायला.

सखाराम : उगीच मारत नाही कोण. चुका ओळखाव्या—

लक्ष्मी : ओळखली. इथं आले हीच चूक झाली.

सखाराम : ए, तोंड संभाळून बोल तू!

लक्ष्मी : आणखी मारच खायचा की नाही. अंगाचं धिरडं झालंय मारानं. दुसरं खाते काय.

सखाराम : लक्ष्मे, तुला सांगतोय तू मला चिडवू नकोस.

लक्ष्मी : सरळ प्रेमाचा एक शब्द नाही. सारखं हिडीस फिडीस. शिव्या. बाहेर काढण्याचे दरसे. लाथा बुक्क्या. (डोळे पुसत रहाते पदराने) पट्ट्याच्या मारानं अंग सोलून निघालं तरी म्हणे हस.

हस. अजून हस. मरणाच्या कळा लागलेल्या असतात आणि वर हस! नरक बरा नरक त्यापेक्षा. (मुसमुसत रहाते.) मरेन म्हणजे सुटेन एकदा यातनं... तर काय—

सखाराम : आधीच बोललो होतो तुला की मी असा आहे म्हणून. आपल्याकडे लपवाछपवी नाही. खुल्लम् खुल्ला सांगितलं होतं तुला. बजावलं होतं. पटत असलं तरच रहा नाही तर बाहेर हो म्हणून म्हणालो नव्हतो मी? तेव्हा काय कान फुटले होते तुझे? का पाय मोडले होते? गेल्या वर्षात मी दारू घ्यायचा कमी नाही झालो? सांग. तशी पितो अधनंमधनं पण कमी नाही पीत? संकष्टीला पितो? चातुर्मासात प्यायलो? सांग! गांजा गेल्या महिन्याभरात फक्त दोनदा चढवला. पूजा करायला लागलो का नाही? सांग! रोज अंघोळ करून पूजा करतो. करतो का नाही? दे जबाब नाही तर तोंड फोडून टाकतो तुझं. दे जबाब! कपडे स्वच्छ असतात का नाही हल्ली माझे? सांग! आता का मुस्कट बंद पडलं तुझं? रडतेस कशाला आता?

लक्ष्मी : उपकार झाले माझ्यावर!

सखाराम : आधीच्या सहा झाल्या, कुणाचा जुलूम म्हणून खपवून नाही घेतला आपण. बापाला बाप न म्हणणारा माणूस आहे मी. तुझं ऐकलं का नाही? सांग!

लक्ष्मी : बदल्यात मार. आणि शिव्या. आणि छळ.

सखाराम : मग तुझं काय म्हणणं, तुझी सेवा करायची नि लाळ घोटायची होय?

लक्ष्मी : मी गेल्यावर कळेल काय ते.

सखाराम : जाच तू! कुत्र्याच्या मोतीनं जगावं लागेल तेव्हा समजेल.

लक्ष्मी : आता काय आणखी वेगळं आहे?

सखाराम : वेगळं नाही? या घरात तुला वेगळं वाटत नाही? मग हो बाहेर. आधी हो बाहेर— चल— (तिला चुलीपासची धरून फराफरा ओढत बाहेर नेऊन टाकून हात झाडीत आत येतो.) पुन्हा घरात पाऊल टाक, जीवच घेतो तुझा. फाशी जाईन

फाशी हवा तर. हां. कृतघ्नाला मारल्याबद्दल फाशी जाईन. निमकहराम साली! (पुढचे दार लावून घेतो.) जा, बला गेली कायमची. (एकीकडे जाऊन धुमसत बसतो. बाहेर हालचाल नाही.) येऊ नको पुन्हा. चालती हो. जा वाटेनं. कोण पोशील तुला, संभाळील तालेवार राणीसारखी, रहा जा त्याच्याशी घरोबा करून. आपण मेलो तुला. नतद्रष्ट साली. हलकट. कृतघ्न. मस्ती आली. वर मीच वाईट! थारा दिला त्याचं बक्षीस! म्हणजे मजाच आहे! (फिरत रहातो घरात. दार वाजू लागते.) जा, मेलीस तू मला. घेणार नाही घरात. चले जाव—

दाऊद : (दार वाजवीत) सखाराम... अबे ए सखाराम—

सखाराम : कोण? दाऊद! (दाराकडे जातो. उघडू जातो. थांबतो.) दाऊद, बाहेर एकटाच आहेस ना तू?

दाऊद : (बाहेरून) या तो? एकदम अकेलाही हूं यार—

सखाराम : ती कृतघ्न रांड गेली ना निघून?

दाऊद : दरवाजा खोलो तो यार.

[सखाराम दार उघडतो. दाऊद येतो आत.]

दाऊद : क्या यार तमाशा मांडा है...

[मागून लक्ष्मी येऊन स्वयंपाकघराकडे जाऊ लागते.]

सखाराम : (ओरडून) पुन्हा आलीस आत!

दाऊद : जाने दो ना सखाराम...

सखाराम : आता का आलीस? कुणाला गरज आहे?

[लक्ष्मी चुलीकडे जाऊन कामाला लागते.]

सखाराम : आपल्याला गरज नाही कुणाची. एकटे राहू. हिंमत मर्दा तर बायका वाटेल तेवढ्या आणू! काय हिच्यात सोनं चिकटलंय आणि दुसऱ्यांच्यात पितळ असतंय? पाडून टाकीन दात एकूण एक—

दाऊद : यार रोज खालीपिली कितनी गर्मागर्मी करता है तू. छोड दे ना. औरत मर्दका वैसाही चलता है—

सखाराम : अरे कुणाचं हूं का चू ऐकून नाही घेतलं आपण आणि ही दीड दमडीची टाकलेली बाई रुबाब दाखवते? हॅड्. राडा करून

टाकू. बस तू. विस्तव घेऊन आलो.

(धूपपात्र घेऊन आत जातो. लक्ष्मी स्वयंपाकात.)

सखाराम : विस्तव पाहिजे.

लक्ष्मी : घ्यावा हवा तर.

सखाराम : मी म्हणतो विस्तव हवाय...

लक्ष्मी : अडत नाही कुणाशिवाय तर हवं कशाला कोण? घ्यावा हातानं...

सखाराम : (दात ओठ खाऊन) विस्तव...

लक्ष्मी : रांड ना मी. कुत्री. दीड दमडीची. मारा मला. मारा ना. वाट कशाला पहाताय? मारा मारायचंय तर. डागा हवं तर. नाही तर जाळा. कुणी नाही मला; म्हणून वर आलाय जीव माझा—

[सखाराम शिकस्तीने स्वत:ला आवरतो. कसाबसा विस्तव स्वत:च घेऊन बाहेर दाऊदकडे येतो. न बोलता चिलीम तयार करू लागतो.

लक्ष्मी वारंवार डोळे पुसत स्वंयपाक करते आहे.

काळोख.

मृदंग वाजू लागतो.]

दृश्य दहावे

[मृदंग जोरजोराने वाजवला जाऊ लागतो. अंधुक प्रकाश स्वयंपाकघरात आणि बाहेरच्या खोलीत येतो. आत लक्ष्मी चिरगुटावर पडलेली. बाहेर सखाराम मृदंग दात-ओठ खाऊन साऱ्या शक्तीनिशी वाजवीत भुतासारखा बसला आहे.]

बाहेरून एक त्रस्त आवाज : ए. अरे बंद करा ए— रातच्या पाराला काय गोंगाट—

दुसरा आवाज : ए—

[सखाराम बधिरपणे मृदंग बडवतोच आहे. मग अचानक थांबतो. उठतो. आतल्या दिशेने जातो. चिरगुटवर पडलेल्या लक्ष्मीशी येऊन थांबतो.]

सखाराम : जागी आहेस का?

[उत्तर नाही.]

सखाराम : काय म्हणतोय. जागी आहेस का झोपलीस?
[उत्तर नाही.]

सखाराम : मायला उत्तर नाही! ऊठ आधी. मी काय म्हणतो ऐक. (चिरगूट दूर करून तिला उठवून बसवतो.) ऐक. आपलं चुकलं, आपण टाळक्याचे भडकू. पण तू भडकवतेस वावगं बोलून वागून. खोटं आहे? सांग की. वर्षात दारू कमी केली. पूजा करतो. इतकं केलं हे काय काहीच नाही?
[ती तोंडाला पदर लावून बसते.]

सखाराम : सहा आल्या नि गेल्या, कुणाकडून हूं म्हणून घेतलं नव्हतं. ठेवल्या तशा राबल्या. जा म्हटलं, गेल्या. तू निराळी निघालीस. गोगलगाय अन् पोटात पाय. पोटात पाय नाही, नखं आहेत नखं तुझ्या. खोटं आहे हे? तू काय खोटं म्हणशील? झोपेचं सोंग करतेय! बास झाली झोप. आता ऐक नीट. ऐकतेस की नाही? हो म्हण. म्हण आधी हो. म्हण.

लक्ष्मी : (झोपाळल्या स्वरात) हो.

सखाराम : वर्षभर तू मला त्रास दिलास, मी पण तुला छळलं. मी आता कंटाळलो. तू पण विटलीस. हो ना? हो म्हण आधी.

लक्ष्मी : (तशीच) हो.

सखाराम : तुला आता माझा त्रास निभत नाही. मला पण तुझा स्वभाव निभत नाही. डोक्यात किडे होतात, मगज फुटायला येतो.

लक्ष्मी : (झोपालेलीच) हो,—

सखाराम : काय हो? सालं वेड लागेल वाटतं एकेकदा.

लक्ष्मी : हो...

सखाराम : बंद कर 'हो'. तर आता हे बास्स झालं. तुझं माझं काय लग्न लागलेलं नाही, कसलं नातं नाही. एकमेकांना बांधून रहायचं आपल्याला काम नाही. तुला तुझी वाट मोकळी आहे. मला माझी. तू माझं काही देणं लागत नाहीस, मी तुझं लागत नाही. आपण आता मोकळं होऊ या. तुझा कोण पुतण्या आहे म्हणाली होतीस अमळनेरला, उद्या तू त्याच्याकडे जा.

तिकीटबिकीट काढून देतो. शिवाय साडीचोळी रीतसर मिळेल.
आणलंस ते सर्व घेऊन नीघ. अंगावरचे कपडे तुझेच. बरं
दहापाच खर्चाला देऊन ठेवीन. म्हणजे नंतर, काय केलं नाही
म्हणून बोंब नको. सुखासमाधानानं जा. मी तुला दोष लावणार
नाही. पण आपला संबंध इथं संपला. कळलं?
काय?

लक्ष्मी   : (अस्पष्ट) हो...
          [काळोख.]

दृश्य अकरावे

          [प्रकाश. दाराशी बोचके बांधून ठेवलेले. जवळ ट्रंक. थकली,
          डोळे सुजलेली लक्ष्मी स्वयंपाकघरात निरवानिरव करते आहे.
          सखाराम दाराशी उभा.]

सखाराम   : झालं काय? गाडीची टाइम झाली.

लक्ष्मी   : देवाला नमस्कार करून आले. (देवापुढे निरांजन लावते. डोके
          टेकते. निघते. कसलीशी आठवण होऊन पुन्हा तेवढी निरवानिरव
          करते.)

सखाराम   : चला लौकर.
          [लक्ष्मी बाहेर येते. सखाराम ट्रंक बोचके उचलतो.]

लक्ष्मी   : समोरच्यांना सांगून येते. वाईट दिसेल.
          [बाहेर जाते. सखाराम उभा— ट्रंक, बोचके ठेवून. लक्ष्मी
          येते.]

सखाराम   : झालं सगळं?

लक्ष्मी   : कुणी गावी गेल्यावर लगेच केर काढला तर ते वाईट असतं.
          दळिद्र येतं. मी केर काढून निघते.

सखाराम   : पण गाडी जाईल तिकडे—
          [लक्ष्मी तशीच भरभर केर काढते.]

सखाराम   : आता निघा लौकर—

लक्ष्मी   : चला. (एकदम) एक राहिलंच. (आत जाते.)
          [सखाराम अगतिक. लक्ष्मी बाहेर येते.]

सखाराम : काय राहिलं होतं?

लक्ष्मी : मुंगळ्यांना साखर टाकायची राहिली होती ना. बरं झालं आठवलं. (खिडकीशी जाते. बाहेर कावळ्याची कावकाव.) येते रे काऊ. रोज यायचा. मी घालीन तेव्हाच खायचा. त्याला आता कोण खाऊ घालील?

सखाराम : घालीन मी, पण निघा एकदा—

लक्ष्मी : पाय निघत नाही.

सखाराम : ते दिसतंच आहे.

लक्ष्मी : (घराकडे पाहत) वर्षभर राहिले. सगळं घर कसं सवयीचं झालं होतं. आता पुन्हा— (तोंडाला पदर लावते.) माया वाईट.

[सखाराम ती निघते कधी याच घाईत.]

सखाराम : चला आता...

[लक्ष्मी त्याच्या पाया पडते. तो झटक्याने पाय दूर घेतो.]

सखाराम : हे काय. हे कशाला...

लक्ष्मी : पुन्हा भेटणार नाही. देवाब्राह्मणांनी दिलं ते लाभलं नाही, त्याला मी नकोशी होते. इथं आले. हे माझं मानलं. तसं मानून सगळं दिलं. काही राखलं नाही. स्वत:ला जपा. फार पिऊ नये. वेळेवर जेवावं. पूजा न चुकता करीत जा, त्यानं पुण्य लागतं. देवीचा अंगारा आत शिक्यातल्या पुडीत आहे, तो प्रेसवर जाताना लावत जा...

सखाराम : सगळं करतो पण आधी चला...

[मुसमुसणाऱ्या तिला पुढे घालून बाहेर येतो. दार लावतो. कुलूप लावतो. दोघे जातात निघून. किंचित्काळ तसेच दृश्य. काळोख.]

दृश्य बारावे

[सावकाश प्रकाश. दाऊद आणि सखाराम गांजा चढवलेले.]

सखाराम : दाऊद, इतक्या झाल्या पण हिनं जाताना जरासा चटका लावला.

दाऊद : (पुटपटतो आहे फक्त) हां. होता है...

सखाराम : पुढं चालू ठेवण्यात मतलब नव्हता. उगाच तिला मला मगजमारी

रोज उठून. तिलाच फार त्रास. थकलेली आधीच्या नवऱ्याच्या त्रासानं, वयानं पण. आणि आपण हे असे. किती म्हटलं तरी शरीर; वासनेचं आगर. आवरू म्हटलं आवरत नाही! म्हणालो तिला आता ज्यादा त्रास नको. राहील पुतण्याकडे उरलेली वर्षं देव देव करीत...

दाऊद : (तारेत) अच्छा किया.

सखाराम : तुलासुद्धा पटतं ना हे?

दाऊद : एकदम एक्सप्रेस बात. मैं वही सोचता था आजकल...

सखाराम : काय?

दाऊद : तुम्हारा ये लफडा खतम होनेका टैम अब आया है ऐसा...

सखाराम : लफडा नको म्हणू.

दाऊद : नही तो नही. (दोघे चिलमीचे दम मारतात. तारेत बसतात.) (थोड्या वेळाने) सखाराम, अब अगलेका क्या सोचा है?

सखाराम : अगलेका? म्हणजे काय म्हणतोस?

दाऊद : याने नया...

सखाराम : नया?

दाऊद : याने... अब नया पंछी कब लानेवाला है?

सखाराम : (विचार करीत) आं? असं असं. तशी दोन दिवसांपास्नं एक वर्दी कानावर आली आहे. चिमखड्याचा डिसमिस पोलीस फौजदार... आठ पंधरा दिवसांत बहुतेक बायको बाहेर पडेल त्याची, वाटतंय. तिला सावत्र आई आहे, दुसरं कोण नाही. कदाचित उद्यापरवासुद्धा काहीतरी घडेल वाटतंय.

दाऊद : अच्छी बात है....

सखाराम : आता उद्यापास्नं त्या मागावर राहीन.

दाऊद : बिलकुल. ले चिलीम ले—

[दोघे तसेच. क्रमशः काळोख. पडदा.]

अंक दुसरा
दृश्य पहिले

[सखारामचा बाहेरून ओरडा : 'ए कार्ट्यांनो, काय आहे रे? इतक्यांदा सांगितलं, ऐकू येत नाही काय? चले जाव सगळे तिकडे. इथं काय सिनेमा आहे काय? का तमाशा? पाठी लाल करून टाकीन एकेकाच्या, जाव!...' बाहेरून दार उघडते. सखाराम घरात येतो. हातात एक फार जुनी न वाटणारी पत्र्याची ट्रंक. मागोमाग थोडा अवकाश घेऊन एक लक्ष्मीच्या तुलनेने तरुण, स्थूलसर पण उफाड्याच्या शरीराची बाई आत येते. ही चंपा.]

सखाराम : या. बघून घ्या घर. आता या घरात राहायचं तुम्हांला. काय? (नजरानजर.) घर माझ्यासारखं आहे. हो, मग तक्रार नाही चालणार. बघून घ्या नीट, पटत असेल तर टाका बोचकं खाली. बोचकं नाही तर ट्रंक. पण हा राजाचा महाल नाही, हे सखाराम बाइंडरचं घर आहे. सखाराम बाइंडर तुमच्या आधीच्या मालकासारखा नाही. तो काय आहे ते समजून घ्यावं लागेल. सब घोडे बारा टक्के मामला इथं खपणार नाही. काय?
[ती घर न्याहाळताना यावर त्याच्या नजरेत पाहते. तो अवाक्.]
(पुन्हा भान येऊन) आपलं सगळं वेगळं आहे. डोकं गरम. भडकलो तर मारतो. बेदम मारतो. तोंड शिवराळ. तोंडात शिवी नि विडी कायम. परिस्थिती बेताची; पण खायला दोन वेळा नक्की मिळेल. दोन पातळं सुरुवातीला, मग वर्षाला एक. (पहाताना अडखळून) वर्षाला एक. झालंच तर तेसुद्धा भारी नव्हे. घरात शिस्तशीर आणि बिनचूक करावं लागेल सगळं. गलथानपणा घडायला लागला, बाहेरची वाट. नंतर दोष येता कामा नये. कळलं? आपल्या घरात आपण राजे असतो, बाहेर फाटक्या जोड्याची किंमत का असेना. घर

घरासारखं हवं. काय? कळलं?

[ती घर न्याहाळतानाच त्याच्या हटकण्याने त्याच्याकडे पाहून कशीतरी होकारार्थी मान हालवते आणि उगीच हसते थोडी. तो बेभान.]

सखाराम   : (पुन्हा सावरून गडबडीने) घर जोड्यासारखं हवं. नाही, घरासारखं हवं.

[त्याच्या हे म्हणतानाच्या धांदलीने ती जास्त हसते. तो हसतो. ती हसते. तो हसतो.]

सखाराम   : (पुन्हा सावरून) विहीर तिकडे आहे, घरामागं... पायखाना लांब आहे... तिकडे.

[ती उगीच थोडी मुरडते.]

काय झालं? उन्हाळ्यात विहीर आटते, पाणी नदीवरनं आणावं लागतं. नदी सव्वा मैलावर आहे. पावसाळ्यात विंचू निघतात. घराबाहेर कामाशिवाय गेलेलं खपत नाही. कुणी आलं....

[ती दाराकडे बघते.]

नाही, आलं नाही— पण आलं, वर मान करून बोलणं नाही. अनोळखी असला तर पदर तोंडावर धरून बात करायची. मी नसलो तर घरात नाही घ्यायचं कुणाला...

चंपा   : विंचवाला?

सखाराम   : आं? (सावरत करड्या स्वरात) नाही, त्यालासुद्धा नाही. चावतो ना...

चंपा   : भारी.

सखाराम   : मी असेन, भंगड असेन, गांजेकस पण असेन, रंडीबाजसुद्धा—

[ती पाहू लागते हनुवटीवर करंगळी ठेवून.]

नाही, आता नाही, पण दरिद्री असेन, कसा पण असेन. दारू पितो, पण आपली— म्हणजे कदर राहिली पाहिजे घरात—

[दारात दाऊद.]

दाऊद   : (नकळत) या हू!

[सखाराम आणि चंपा गोंधळून बघू लागतात.]

दाऊद	: (ओशाळून) माफ करना यार, लेकिन...
सखाराम	: नाही, काही नाही.
दाऊद	: ऐसा कुछ कभी देखा नहीं था नं...
सखाराम	: ऐसा म्हणजे कैसा?
दाऊद	: क्या यार खालीपिली शरमाते हो... लेकिन सखाराम... (डोळा मारून बोटाची चिमूट दाखवून कानात) बडा किस्मतवाला है तू... मिला था किसकू और तुम्हारे हातमें आयता आ गया... मैं चला. आऊंगा बादमें.
	[चंपाकडे पुन्हा एकदा पाहून घाईने जातो. सखाराम-चंपा एकमेकांकडे बघून उगीचच हसतात. पुन्हा सखाराम घायाळ तिच्या शरीराने.]
सखाराम	: (अर्धवट ताठरपणे) आवडलं का घर?
चंपा	: आवडायचं काय यात.
सखाराम	: आहे हे असं आहे.
चंपा	: जुनं वाटतं फार.
सखाराम	: (स्वतःवर ताबा मिळवून) पटत नसलं तर बाहेर व्हायचं इथून....
चंपा	: बाहेर आनखी घर आहे?
सखाराम	: नाही. हे एवढंच घर. आणि हा राजाचा महाल नव्हे, हे सखाराम बाइंडरचं घर आहे.
चंपा	: कोन सखाराम बाइंडर?
सखाराम	: (जरा गोंधळून) कोण म्हणजे? मीच!
चंपा	: असं होय. मला वाटलं, आनखी कोन. खरंच.
सखाराम	: (पुन्हा तिच्या शरीराच्या मोहातून निकराने बाजूला होत) करार मान्य नसेल— म्हणजे असेल— तर चुलीशी जाऊन चहाला लागायचं. चुलीशी दूधबीध आहे. आणि हो, शेवटचं ते राहिलंच. लग्नाच्या बायकोप्रमाणं रहावं लागेल इथं—
चंपा	: भूक लागली फार. काय खायला मिळंल?
सखाराम	: आत स्वयंपाकघरात काही असेल—

चंपा	:	(बसत) मग बघा की.
सखाराम	:	(गोंधळतो. पण पुन्हा) या घरात बाई माणसानं आदब राखून काम केलं पाहिजे. आपली कदर राहिली पाहिजे या घरात.
चंपा	:	हं. कालपास्नं पोटात काय नाही. घरनं निघताना रात्री एक पेरू हाताला लागला तो खाल्ला होता तेवढाच.
सखाराम	:	(तिच्या शरीरावरून सक्तीने नजर काढीत) इथं राहिल्यावर यानंतर कुणाची भीती बाळगण्याचं कारण नाही. हा सखाराम बाइंडर काळ लागून राहिलाय.
चंपा	:	भीती? मला कुणाची भीती? नवऱ्याची? (थुंकते.) तो काय करनार आहे माझं? घरात आनखी राहाते तर आनखी दाखवलं असतं मुडद्याला. पन मीच कंटाळले मुडद्याबरोबर रहान्याला. उठसूट दारू पिऊन जीव देण्याचाच धाक दाखवतोय! काय देतोय जीव, जळ्ळ तोंड मेल्याचं. तेवढं काय खायला असलं तर बघा की.
सखाराम	:	(जरा अडखळून मग आत जात) हो. [स्वयंपाकघरात जाऊन शोधू लागतो. चंपा बाहेर मृदंगाशी चाळा करते.]
चंपा	:	ढोलकी वाजवता जनू.
सखाराम	:	ढोलकी नव्हे, मृदंग वाजवतो मृदंग.
चंपा	:	दोन्ही सारखीच दिसतात. आमच्या सोंगाच्या तोंडावानी. फौजदार होता पण चोरसुद्धा त्याच्या तोंडावर मुतला नसता. सरकारनं डिसमिस केला पिस्तुल चोरीला गेलं म्हणून. चोरीला गेलं ते पन दुसऱ्या दिवशी कळलं मुडद्याला. असा पितोय. [आत थाळीत काही खाण्याचे काढून घेऊन येणाऱ्या सखारामला धक्का.]
सखाराम	:	(बाहेर येत) या घरात बाईमाणसानं शिस्तीनं बोललं पाहिजे. वावगं बोलणं खपणार नाही.
चंपा	:	हा. (खाऊ लागते.) आठवन झाली तर डोकीत किडा उठतोय नुसता. मला धंद्याला लावायला निघाला! माय व्यायली पायजे

त्याची, मला तसलं करायला लावायला. (खाणे संपवून बोटे चाटते.) तर काय. मी काय तसली बाई आहे काय? आता 'च्या' करा चांगला.

सखाराम : काय? (सावरत) या घरात तो बाईनं करायचा.

चंपा : मग बोलवा तिला.

सखाराम : इथं नोकर नसतात; बाई म्हणजे या घरात आलेलं बाईमाणूस.

चंपा : म्हणजे कोन? मी? पण मला तर च्या करता येत नाही.

सखाराम : करता येत नाही?

चंपा : हा. तिकडं माझी सासू होती नवऱ्याकडे. आनिक माहेरी माझा बाप करायचा च्या न् जेवन. आनिक आई पानतमाखूचं दुकान चालवत होती. चांगला बिझनेस होता आमचा. तर! दारू पन इकायचो. तिथंच मढं भेटलं की— नवरा माझा. रेड घालायला म्हनून आला न् भलताच रेड घालून गेला. मग लागला यायला सारखा. लगीन कर म्हनाला. मी केलं. मला काय माहीत हे असं बाराबोड्याचं असेल असं. नाही, वाईट नाही बोलनार मी; लक्षात आहे माझ्या. च्याचं बघा तेवढं.

[सखाराम वांध्यात. नजर तिच्या शरीराशी खेळत असते. तेवढ्यात दाऊद डोकावतो.]

सखाराम : दाऊद, इकडे ये. (त्याला बाजूला नेऊन) चहा करतोस जरा?

दाऊद : हां सखाराम, क्यों नहीं. ऐसे माशुक के लिये तो— माफ करना...

[तो स्वयंपाकघरात पळतो. भांडे वगैरे शोधून चहा करू लागतो. लक्ष बाहेर.]

सखाराम : (आठवण झाल्याप्रमाणे) तुमच्या आधीची इथं होती ती— सातवी— कालच गेली—

चंपा : कशानं हो?

सखाराम : गेली म्हणजे मी पाठवलं. गरज असली की इथं ठेवतो. इथं मग सगळं बायकोप्रमाणे करावं लागतं. दोघांना किंवा एकाला बस्स झालं की पाठवून देतो कुठं जायचं असेल तिकडे.

तिकीट मी काढून देतो. वर साडीचोळी. इथं मिळणारी चीजवस्तू
पण शिवाय बरोबर नेता येते. (आठवण व्हावी तसा) पण
इथल्या पद्धतीनंच इथं रहावं लागेल!

चंपा : (हाक घालीत) दाऊद—

[दाऊद आतून धावत येतो.]

मेरेकू एक तमाखू पान लेके आना ना तेवढा—

दाऊद : (पाघळून) आं? —हा—हा, लेता है, आता है— (बाहेर
धावत सुटतो.)

सखाराम : ए—

[दाऊद थांबतो अनिच्छेने.]

उल्लूसारखा धावतो कुठं. हे पैसे घे. दोन पानं आण आणि ते
चहाचं काय केलंस?

दाऊद : तय्यार हुआ होगा ना— आया— (पळत जातो चंपाकडे
वळून पाहून.)

चंपा : चांगला आहे.

[सखारामला जरा मत्सर वाटतो. दाऊदशी बोलण्यासाठी तो
दारापर्यंत जातो; आता तो सहजगत्या म्हणून दार ओढून घेतो.
चंपा-सखाराम दोघे एकमेकांशी अकारण हसतात. सखाराम
बेभान होऊ लागलेला.]

सखाराम : (चंपाकडे येत) हो तर. चांगलाच आहे फार.

[आता दोघे जवळ जवळ. सखाराम तिच्या खांद्यावर हात
ठेवतो. दार वाजू लागते. दाऊदच्या हाका— ''सखारामभैया—
दरवाजा खोलो'' सखाराम भान येऊन, जाऊन घाईने दार
उघडतो.]

दाऊद : (आत येत) यार इतनेमे दरवाजा बंद भी किया?...

[चंपाला पान देतो. ती त्याच्याकडे पाहून हसते. दाऊद पळत
स्वयंपाकघरात जाऊन चहा ओतू लागतो.]

चंपा : (तो गेला तिकडे पाहत) चांगला आहे.

सखाराम : हो. पण या घरात बाईमाणसानं परक्या माणसाशी फार बोललेलं

आवडणार नाही, मी म्हणालो, सुरुवातीला— ते महत्त्वाचं आहे.

चंपा : हां. (बॅग उघडू लागते. साडी चोळी बाहेर काढते. एका बाजूला जाऊन कपडे बदलू लागते.)

सखाराम : (हे पाहताना अस्वस्थ होऊन) तिकडे— दाऊद बाहेर आला की मग तिकडे स्वैंपाकघरात जाऊन ते करा.

चंपा : पन इथंच राहायचं तर आता लाजायचं कुनाला.

[साडी बदलू लागते निवांतपणे. अंगाचा कोणताही भाग दिसू न देता साडी बदलण्याची मराठमोळी पद्धत.

दाऊद दोन कप चहा घेऊन येतो. चंपाला पाहून तो जीभ चावून पाहिलेच नाही असे दाखवितो.]

दाऊद : सखाराम, चाय लाया है...

[सखारामला भान येते. त्यालाही संकोच. दाऊद कपडे बदलणाऱ्या तिच्याकडे पुन्हा पुन्हा न पाहिल्यासारखे करतो आहे. ती नि:संकोच.]

सखाराम : दाऊद, यानंतर मीच तुझ्या दुकानी येईन. तिथंच आपण भेटू. काय? ते बरं पडेल.

दाऊद : (यातील प्रत्येक वाक्याला, कपडे बदलणाऱ्या तिच्यावर लक्ष ठेवून) हां वाकई ठीक. अच्छा. (न राहावून) ओहोहो.....

सखाराम : (जास्तच संकोचून) काय झालं?

दाऊद : गजब– (मग तोच, भान ठेवून) सखाराम मै चलता हूँ!— (थांबून) बादमें आऊंगा—

सखाराम : नको, मीच येईन.

दाऊद : हा. आव. (तिला उद्देशून) भा..... (पुढचे 'बी' तोंडावाटे निघत नाही.) मै चला. चाय रखा है— (घाईने निघून जातो.)

चंपा : (तो गेला तिकडे पाहून) चांगला आहे.

सखाराम : (एकदम अनावर त्रासून) समजलं! किती वेळा तेच तेच? चहा घे तो.

[ती आणि सखाराम चहा घेऊ लागतात.]

चंपा	: (चहा घेत) गोड आहे.
सखाराम	: (तापत) पुन्हा पुन्हा काय तेच— चांगला आहे, फार चांगला आहे, गोड आहे...
चंपा	: च्या गोड नाही होय?
सखाराम	: (एकदम प्रकाश पडून) चहाबद्दल होय! मला वाटलं....
चंपा	: (पान तोंडात भरते.) फस् क्लास आहे. (सखारामला) खा की.
सखाराम	: दिलेलं बरं वाटतं.
चंपा	: (सहजपणे) बरं. (घेऊन त्याच्या तोंडात भरते.) खा. झोप येते फार. चार दिवस चार रात्री झोपू दिलं नाही खापरतोंड्यानं. सारखं जीव देऊ काय, जीव देऊ काय. (जांभई देते.) झोपते आता घंटाभर.
सखाराम	: दिवसा?
चंपा	: दिवसाच की. जेवन तयार झालं का तेवढं जेवायला उठवा बघा मला. इथं काय खाटबाट, बिछानाविछाना?
सखाराम	: काही नाही.
चंपा	: नाही? म्हणजे कसलं घर आहे हे?
सखाराम	: आणि जेवण स्वतःलाच करावं लागेल. बाईमाणसाची कामं बाईमाणसानंच केली पाहिजेत. नियम आहे इथला! नियम म्हणजे नियम! मान्य नसेल त्यानं बाहेर व्हायचं—
चंपा	: (मोठी जांभई देत) मला बा झोप आली भारीच. (बाजूचे एक चिरगूट उचलून जमिनीवर अंथरू लागते.)
सखाराम	: इथं नव्हे, आत. कोण आलं तर काय म्हणेल?
चंपा	: (आत चिरगुटासकट जात) झोपली म्हनेल. झोप काय कुनाच्या बाच्या मालकीची नसते.
	[स्वयंपाकघरात जाऊन तिथे चिरगुट अंथरते. त्यावर आडवळते हात उशाशी घेऊन. पाहता पाहता झोपते. सखाराम स्वयंपाक- घराच्या दाराशी येऊन हे पाहतो. फेऱ्या घालतो. झोपलेल्या तिला पुन्हा पुन्हा पाहतो. त्याच्या मनात आता वासना पुन्हा पुरती जागी झाली आहे.]

सखाराम : (बाहेर कावळा ओरडू लागतो तेवढ्यात— त्याला मनोमन हाकलीत) अरे हाइक्.

[कावळा ओरडतच राहतो. सखाराम मनस्वी बेचैन. पुढचे दार लावून घेतो. ती झोपली आहे तिथे येतो. जाकीट काढून फेकतो. खाली बसतो.]

(गरम स्वरात) झोपतेस काय— ऊठ. ए— ऊठ तर— झोपतेस काय—

[बाहेर कावळा जास्तच कालवा करतो.]

(हा व्यत्यय वाटून बसल्या जागेवरून) ए, तुझ्या मायला तुझ्या—

[पुन्हा तिच्यावर नजर. अनावरपणे एकदम तिच्यावर हातच टाकतो आणि ती मोठ्यांदा विचित्र ओरडून उठून बसते चिरगुटात. सखाराम जरा दूर सरकतो.]

चंपा : काय आहे? आहे काय? आ? (पाहून) तू होय. मला वाटलं तो मुडदा; नवरा माझा. काय झालं? जेवन तयार झालं? का उठवलं मला?

[सखाराम चडफडत उभा राहतो. उत्तर देत नाही.]

असं होय. आलं ध्येनात. बरं सुचलं की तुला! बरं झालं जागी झाले. हे बघ, मी नवऱ्याचं घर सोडलं असलं तरी तसली बाई नाही. हां! माझ्या पतिवर्तेच्या शिलासाठी घर सोडून निघाले. धंद्याला लावायला बघत होता मुडदा! तू तरी जरा शहान्यावानी वाग. हुंग्या कुत्र्यावानी करू नको. झोप तर पार मोडली माझी, आता जेवायचं तरी लौकर काय तरी बघ म्हणजे झालं, जा.

[मोठी जांभई देते. सखाराम चडफडत घाईने जाकीट शोधून चढवून बाहेर पडतो. ती एकटीच झोपाळलेल्या चेहऱ्याने बसते. बाजूच्या चिरगुटाखालून एक छोटी डबी काढून, तिच्यातला तमाखू मळून ओठात भरते. काळोख.]

दृश्य दुसरे

[प्रकाश. दिवस. उन्हे. सखाराम बाहेरच्या खोलीत बिछान्यात

उपडा मुडद्यासारखा अस्ताव्यस्त लोळत. दार उघडे. घरात तिसरे कोणी नाही. एक खाकी पोशाखातला इसम दारात येतो. डोक्यावर फौजदाराची वाकडी टोपी. दाढीचे खुंट वाढलेले. चेहरा दारुड्याचा. पण या वेळी होषमध्ये आहे. काखोटीला फुगलेली कळकट शबनम पिशवी.

एकदा आत नजर टाकतो. मग धीट होऊन आत शिरतो. तो वहाणा काढतो. पिशवी सावकाश उतरवून ठेवतो. उपड्या झोपलेल्या सखारामाभोवती फिरून पाहतो. एक करपट ढेकर देतो. कोपऱ्यात जाऊन निवान्त बसतो. असा किंचित्काळ बसून राहतो. मग उठून स्वयंपाकखोलीकडे जाऊन नजर टाकतो. आत जाऊन तोंडबींड धुतो. झाकलेली भांडी उघडून पाहतो, पुन्हा येऊन पिशवीतून बाटली काढून एक घोट गिळतो. बाटली पिशवीत ठेवून मुकाट्याने बसून राहतो. आता सखाराम चाळवतो. पुन्हा चाळवतो. जागा होतो आहे.]

सखाराम : ए.... (जरा वेळाने पुन्हा) ए, उन्ह कुठनं येतंय बघ...
[कोण बघणार?]
आयला पुन्हा... (चिरगूट ओढून तोंडावर घेऊ पाहतो ते जमत नाही.)
[कोपऱ्यातला इसम हे सर्व उत्सुकतेने पाहतो आहे.]

सखाराम : (पुन्हा) अग ए— कान फुटले का काय तुझे? (मग संतापून, मिटल्या डोळ्यांनीच) घरात माणसं आहेत का भिंती? इतका ओरडतोय, खिडकी लावत नाही म्हणजे... (उठून बसतो. डोळे उघडवत नाहीत.) कुठं गेली? सकाळच्या प्रहरी गेली कुठं?
[डोळे कसेबसे उघडतो. समोर तो स्थितप्रज्ञ मुद्रेचा उत्सुक खाकी इसम बसलेला.]

सखाराम : (त्याला किलकिले पाहत) कोण? कोण आहे ते?
[तो इसम फक्त ओशाळे स्मित केले न केले करतो.]

सखाराम : कोण तू? आणि सरळ घरात? ही गेली कुठं? दार उघडं?

(गडबडीने जागचा उठतो धडपडत.) उन्हं पण भारी चढली. अग ए... पण आधी तू कोण? सरळ घरात कसा शिरलास?

[उत्तर नाही.]

काय काम? काय घर आहे का धर्मशाळा? (आता पुरता जागा झालेला.) उभा राहा आधी. तुला कोण हवं? बोल लौकर....

[तो इसम नाइलाजाने उभा राहत 'कुणी नको' अशा अर्थी मान हालवतो, प्रेमळ स्मित करीत.]

सखाराम : मग काय म्हणून चोरासारखा घरात शिरलास?

[तो इसम नकारार्थी मान हालवतो.]

सखाराम : पोलिसाच्या ताब्यातच देतो तुला! (नीट पाहून) पण तूच पोलीस फौजदारासारखा दिसतोस. होय की. फौजदाराचं इथं काय काम? हा सखाराम बाइंडर वाटला कोण तुला? रस्त्यावरचा माणूस? चले जाव! बाहेर हो पहिला! बाहेरून गोष्ट कर. चल! बाहेर—

[तो इसम हलण्याला अनुत्सुक. पुन्हा खाली बैठक मारू पाहतो.]

सखाराम : बसू नको, उभा राहा.

[तो उभाच राहतो.]

(त्याला नीट पाहून) तू......

इसम : (नर्व्हस स्मित करून अर्धवट नमस्कार करीत) नवरा चंपूचा....फौजदार शिंदे म्हणतात मला. डिसमिस आहे.

सखाराम : (डोके तडकत) तू तो? आणि इथं कसा? कुणी सोडला तुला घरात? आणि चंपू कुठं आहे? का तूच तिचं काय बरं वाईट....

[तो नकारार्थी दिलगीर मान हालवतो.]

मग ती कुठं गेली? चंपू कुठं गेली?

इसम : (खांदे उडवून) देवाच्यान् माहीत नाही. नव्हतीच, मी आलो तेव्हा. तुम्ही इथं झोपला होता. म्हणून बसलो. बास, इतकंच. (पुन्हा अर्धवट नमस्कार करीत) ओळख झाली, बरं झालं.

सखाराम	: काय काम तुझं इथं? तिला परत न्यायला आलास? ती येणार नाही, जा—
इसम	: मी पण न्यायला आलो नाही. इथंच बरी आहे. सुखात असली की बरं. आणखी काय.
सखाराम	: मग कशाला आलास इथं?
इसम	: म्हणलो, कशी आहे पहावं. राहवेना.
सखाराम	: भारीच जीव तिच्यावर.
इसम	: बायको आहे. घरातून गेली म्हणून काय झालं.
सखाराम	: गेली कुठं कळत नाही. चहा तरी करून ठेवला आहे का नाही—
इसम	: नाही.
सखाराम	: काय नाही?
इसम	: चहा तयार नाही.
सखाराम	: तुला काय ठाऊक?
इसम	: चहा नाही.
सखाराम	: (संतापून) तुला कसं ठाऊक?
इसम	: (जरा भेदरून) तसंच. मला हवा होता. म्हणून पाहिलं— आत.
सखाराम	: लेका, घर धुंडाळलंस तू?
इसम	: भांडं शोधलं चहाचं. बास्....
सखाराम	: चालता हो इथून. बाहेर पड नाही तर गळा घोटतो तुझा!
इसम	: ओरडू नका. उगीच बभ्रा होतो.
सखाराम	: तुझा काय संबंध त्याच्याशी?
इसम	: चंपीचा नवरा आहे. तिची अब्रू ती माझीच अब्रू.
सखाराम	: तुझा तिचा आता काय संबंध?
इसम	: संबंध जल्माचे असतात. तिथं ठरतात, वर! (वर नमस्कार करतो.)
सखाराम	: आता ती इथं माझ्याकडं रहाते.
इसम	: ठाऊक आहे. म्हणून तर आलो, शोधत.

सखाराम : परत येणार नाही ती!

इसम : नको येऊ दे. सुखी असली का झालं.

सखाराम : ती तुला विचारणारसुद्धा नाही—

इसम : नशीब असतं.

सखाराम : मग तुला काय हवं? का आलास इथं?

इसम : (दिलगीर स्मित करून) असाच. चंपीशिवाय चैन पडत नाही बघा.

सखाराम : चूप बैस! तिनं तुला सोडलं.

इसम : पण चंपी फार छान आहे. हा एवढा एकेक पुठ्ठा. एवढी एवढी छाती.... हे एवढे एवढे....

सखाराम : थोबाडच फोडतो तुझं थांब! चालता हो आधी इथून! स्वतःच्या बायकोबद्दल बोलतोस हे? डुक्कर कुठला! (त्याची मानगूट धरून त्याला दारापर्यंत नेऊन सोडतो.) चालता हो इथनं.

इसम : पिशवी राहिली. (तिथून परत येऊन बसतो.) मी थांबतो. चंपी भेटेल, फार याद येते तिची—

सखाराम : (या कोडगेपणावर निरुपाय) तिच्या मायला, तोंड पण धुवायला देत नाही! थांब, मी तोंड धुतो आणि तुला सांगतो काय ते—
[स्वयंपाकघराकडे जातो. खिडकीवाटे बाहेर चूळ मारतो. तोंडावर पाणी मारतो. हे करताना चंपाच्या नावाने बडबडतो आहे. मग पुन्हा चंपाच्या नवऱ्याच्या दिशेने येतो. तो जवळच्या बाटलीतला आणखी एक घोट घेऊन शांतपणे बसलेला. सखारामला पाहून तो नर्व्हस स्मित करतो. हे पोरक्या मुलासारखे वाटते.]

सखाराम : चालता हो आत्ता इथनं.
[तो तसाच बसलेला. आता चांगला टेकून आणि पाय पसरून. सखारामला काय करावे कळत नाही.]

दाऊद : (बाहेरून हाका) सखाराम— ओ सखाराम (येऊन पोचतो.) पंछी कहां?—
[फौजदार शिंदेला पाहून गप्प होतो. हा कोण म्हणून सखारामला खुणेने विचारतो.]

सखाराम : नवरा, चंपूचा.

दाऊद : (पाहून) देखतेही मैने ऐसाच सोचा यार. तो ये पंछीका पिंजरा! (त्याला) सलाम वालेकुम.

[चंपाचा नवरा नर्व्हस स्मित करतो.]

दाऊद : पंछी आया तो पंछीका पिंजरा भी पीछेसे आनेवालाच है। वो अकेला पंछीबिगर कैसा जियेगा, सखाराम?

सखाराम : दिसतो गरीब पण महा पाजी आहे, दाऊद. स्वत:च्या बायकोचं वर्णन स्वत:च्या तोंडानं काय घाणेरडं करीत होता—

दाऊद : अच्छा, क्या बोलता था?—

सखाराम : जाऊ दे. हाकलला तर जात पण नाही हरामजादा. बसून राह्यलाय.

दाऊद : जहां उनका पंछी वहां वो. (त्याला) क्यौं जनाब, सच या झूट?

[चंपाचा नवरा पुन्हा ओशाळे स्मित करतो.]

सखाराम : जसा काही बायकोवर फार जीव लेकाच्याचा! (त्याला) चल ऊठ, पळ आधी नजरेसमोरनं! गांडुळ सालं—

दाऊद : सखाराम, इस वक्त पंछीके साथ उनका पिंजरा भी तुम्हे संभलना होगा क्या यार? ऐसा दिखा पडता है. (हळूच) पंछी मारू है तो पिंजरेसे क्यौं परेशान होना दोस्त? मारो गोली—

[चंपाचा नवरा हे चालू असता मध्येच बाटलीतला नवा घोट रिचवतो आणि पुन्हा ओशाळे स्मित तोंडावर ठेवून बसून राहतो.]

सखाराम : (दात ओठ खात) असं वाटतंय की उभा फाडून काढावा साल्याला....

दाऊद : छोडो यार. समझनेकी बात है ये. लेकिन पंछी कहां है?

चंपा : (बाहेरून) हा बायजा बाय, उद्या पण हाक घाला जाताना बरं का.

[चंपा आत येते. खांद्यावर कपड्यांचे पिळे.]

चंपा : (सखारामला) उठला का? नदीवर जाताना हाका घातल्या तर जाग नाही. (नवऱ्याकडे लक्ष जाऊन) कोन? हे सोंग इथं?

(अंग अंग ताठरून जणू दगड होते. पदर खोचते.) कधी आलं हे?

सखाराम : मी उठण्याआत येऊन बसलं होतं.

चंपा : पण घरात काय म्हणून घेतलं? हाकलून द्यायचं नव्हे बाहेरल्या बाहेर!

सखाराम : मला माहीत नाही कधी आला ते. मी जागा झालो तर होता. मग जाईना.

चंपा : जाईना? कसा जात नाही बघते मी. (पुढे होऊन नवऱ्याची कॉलर धरून झटक्याने त्याला उभा धरते.) काय रे ए मुड्द्या...(एक तोंडात हाणून) काय—काय आहे तुझं इथं? बोल. (भराभर त्याला मारू लागते. हाताने, पायांनी.) कुनी धाडलं होतं आमंत्रन तुला? आ?

[सखाराम, दाऊद अवाक् होऊन पाहताहेत. चंपा नवऱ्याला सोडते. दाराजवळची वहाण घेऊन तरातरा येते. पुन्हा नवऱ्याला उचलते. वहाणेने फडाफड मारू लागते, जीव खाऊन. सखाराम, दाऊद शहारताहेत पाहून. अखेर नवऱ्याला पोत्यासारखा फरफटवीत दाराशी नेऊन फेकून...]

चंपा : जा, पुन्हा तोंड दाखवशील तर जिता नाहीस राहात बघ! माझ्या वाटेला परतून येऊ नकोस, सांगून ठेवते. माझा-तुझा संबंध नाही!

इसम : (धडपडत कसाबसा उठून) जातो. जीवच देऊन टाकतो आता. देतोच जीव—

चंपा : अरे दे दे. सुटेन मी एकदा. लौकर दे!

[चंपाचा नवरा वळतो. परत घरात येऊ लागतो; चंपा त्याला पुन्हा धरून फेकते. तो भुईसपाट. तो पुन्हा उठतो, ती पुन्हा त्याला लाथ घालते.]

चंपा : मर, मर लौकर!

दाऊद : लेकिन चंपाबाय, वो सच्ची मर जायगा तो...

चंपा : नाही ना मरत कधीचा. मरेल तर सुटेल, तो आनि मी पन.
[पुढे होऊन त्याच्या तोंडात एक हाणते. त्याच्या ओठावाटे रक्ताची धार लागते.]

इसम : (कसाबसा उठून पुन्हा आतच येऊ लागतो.) पिशवी.... माझी पिशवी....
[चंपा पुढे होऊ पाहते. तिला दाऊद धरून रोखतो. चंपाचा नवरा भिंतीशी असलेल्या पिशवीकडे धडपडत जातो. तिथेच बसकण मारतो. लोळतो.]

इसम : जीव देतो... मी जीव देतो.... (पिशवीतून कशीबशी बाटली काढून तोंडाला लावतो.)

चंपा : (पुढे होऊन आणखी एक-दोन लाथा घालून) घे.... आनखी घे. आनखी घे मुडद्या—
[सखाराम तिला मागे ओढतो.]

सखाराम : (तिला) बाई आहेस का कोण.... काय मारलंस त्याला.... नवरा आहे.... तुला काय काळीज?

चंपा : नाही! मला काळीज नाही. चावून खाल्लं त्यानं कच्चं, कधीच. (स्वतःला सोडवून घेऊन) पदर आला नव्हता तेव्हा माझ्या आईकडनं मला विकत घेऊन लगीन लावलंन यानं माझ्याशी. मला काय पन समजत नव्हतं तेव्हा. माझे हालहाल करायचा रात्र रात्र. मला डागायचा मुडदा, सुया लावायचा, मला घान घान गोष्टी करायला लावायचा. पळाले तर धरून आनुन बांधून तिखट भरलं होतंन भलत्या जागी भडव्यानं. काळीज राहिलं कुठं मला? हा— हा— यानं लचके लचके तोडले त्याचे! माझं रक्त प्यायला हा. ऊठ रे ए डुकरा, तुझ्या तिखट भरते बघ आता.
[पुढे होऊ पाहते. सखाराम तिला धरतो. ती सोडवून घेऊ बघते. सखारामला बळ जाणवते इतकी ती अनावर.]

सखाराम : दाऊद, त्याला बाहेर घेऊन जा यार जल्दी— जल्दी कर—
[दाऊद पुढे होऊन चंपाच्या नवऱ्याला धरून, खेचून कसाबसा

बाहेर नेतो. चंपा पाहते आहे. थुंकते नवऱ्याच्या दिशेने 'थू:' करून.]

चंपा : पुन्हा पाय ठेवच तू इथं, तुला तिखटात लोळवते बघ— हा— (तो नजरेपुढून गेल्यावर जरा वेळाने) घुंगुरटं गांडुळ. (सखारामला) सोडा हात माझा. काम पडलं आहे आत.

[सखाराम हात सोडतो. चंपा आत जाते सरळ. सखाराम एकटक पाहतो आहे तिला; थोड्याशा भयानेच. ती आत कामाला लागते. दाऊद येतो.]

दाऊद : (खालच्या पट्टीत) छोड दिया. लेकिन सखाराम, ओहोहो... क्या मारा पंछीने. याद आतेही जान चमक उठता है यार. देख, तू संभलके रहेना. समझा न? ये पंछी पहले जैसा नही, ये डिफ्रंट है. हाय हाय... गजब है एकदम...

[सखाराम बधीर उभा. काळोख.]

दृश्य तिसरे

[रात्र. स्वयंपाकघरात मंद उजेड येतो. चंपा झोपलेली चिरगुटावर. एक सावली बाहेरच्या खोलीतून स्वयंपाकघरात येते. हा सखाराम. झोपलेल्या चंपाकडे बघत उभा.

पुन्हा बाहेरच्या खोलीत जातो. फेऱ्या घालतो. पुन्हा आत येतो. बेचैन. झोपलेल्या चंपाशी वाकतो. सरळ होतो. तटस्थ. पुन्हा न राहवून तिच्याजवळ बसतो. मनाचा निश्चय होत नाही. ती कूस बदलून झोपते. त्याचा श्वासोच्छ्वास जोरात. तो तिला अनावरपणे हात लावतो. त्यासरशी ती उठून बसते चिरगुटात.]

चंपा : (डोळे फाडून बघत) काय? कोन आहे? तू! पुन्हा सुचलं होय तुला तेच? काय म्हनले होते मी? कळत नाही का? मी वाईट बाई आहे. बिघडले तर.... (अस्ताव्यस्त पदर सारखा घेत) मला बिघडवू नको सांगते. मला तसलं काय आवडत नाही, ते बाईपुरुषातलं.

[सखाराम दूर होऊन उभा.]

चंपा : जा, बाहेर झोप तिकडे.

सखाराम : करार आहे. इथं ठेवलेल्या बाईला बायकोसारखं सगळं करावं लागतं. त्या बोलीवर ठेवतो इथं. सहा झाल्या. कोण 'नाही' म्हणाली नाही.

चंपा : त्या असतील तसल्या. मी नाही. मला झोपू दे.

सखाराम : घरात असून मिळत नाही म्हणजे काय? मिळालं पाहिजे.

चंपा : मला नाही जमायचं. बाहेर जा नाही तर मीच झोपत नाही.

[सखाराम किंचित्काळ तिथेच उभा.]

सखाराम : मर.

[बाहेरच्या खोलीत येतो. स्वयंपाकघरात चंपा चिरगुटात बसून. सखाराम कोनाड्यातून दारूची बाटली काढतो. तोंडाला लावतो.]

सखाराम : मर— मर तू.... (आणखी पितो. मग ओरडून घोगऱ्या सुरात) मर एकदाची.

[दार उघडून बाहेर अंधारात निघून जातो. स्वयंपाकघरात चंपा तटस्थ बसून. मग काहीतरी ठरवून उठते. बाहेरच्या खोलीत येते. बाहेर जाते. सखारामला मनगट धरून आणते आत.]

चंपा : गप रहा. मी देते तुला सगळं. दारू दे मला.

[सखाराम पाहत स्तब्ध उभा.]

मुडद्या मला दारू दे कुठं आहे ती, सांगते तर. कुठं आहे बाटली?

[तो मग कोनाड्यातली बाटली काढतो.]

(बाटली हिसकावून घेत.) बस तिथे.

[त्याला बळेच बसवते. बाटली उघडून पिऊ लागते गटागटा. तो निश्चलपणे पहातो आहे. हे सर्व मंद उजेडात. काळोख. लगेच पुन्हा मंद उजेड.]

चंपा : (तर्र स्वरात) थोड्या टायमानं घे मला मुडद्या.... कर तुला हवं ते, कर....

[सखाराम अवाक् बघत बसतो. काळोख.]

दृश्य चौथे

[प्रकाश येतो. भली सकाळ. दार खडखडते आहे. स्वयंपाकघरात

बिछान्यातून चंपाशेजारचा सखाराम धडपडत उठतो. सुस्ती झटकून तसाच बाहेरच्या खोलीत येतो. दार उघडतो.]

कुणीतरी दारातले : चलतो ना सख्या, उशीर होईल प्रेसवर पोचायला. किती दार वाजवायचं लेका? इतकी झोप लागली होय?

सखाराम : (अजून झोप उडालेली नाही.) आलो दम.

[दार लोटून स्वयंपाकघरात येतो. गाढ झोपलेल्या चंपाकडे बघतो. वाकून तिला एक हळुवार स्पर्श करतो, अस्ताव्यस्त पांघरूण सारखे करण्याच्या निमित्ताने.

मोरीशी जाऊन पाणी तोंडावर मारतो. चुळा भरतो. बाहेरच्या खोलीत येताना पुन्हा तिच्याकडे पाहतो. गुणगुणत बाहेर येतो. शर्ट, जाकीट, टोपी चढवतो आणि वहाणा चढवून घराबाहेर निघून जातो. जाताना दार नीट लोटून घेतो. किंचित्काळ स्वयंपाकघरातली अगदी निपचित झोपलेली चंपा. काळोख.]

दृश्य पाचवे

[प्रकाश येतो. दुपार. चंपा स्वयंपाकघरात चुलीशी जेवते आहे. सखाराम बाहेरून येतो. वहाणा काढून खुंटीला जाकीट, टोपी वगैरे लावतो.]

सखाराम : मी आलोय...

चंपा : (आतून) येवढ्या लौकर? प्रेसला सुटीबिटी पडली का काय?

सखाराम : (आत जात) नाही. मीच आलो. का सांग?

चंपा : मला काय माहिती.

सखाराम : चैन पडेना.

चंपा : असं बरं नाही.

सखाराम : पण खरं आहे. (तिच्या जवळ जात) ए—

चंपा : लांब हो. मला जेवू दे. अद्याप अंग धुनंसुद्धा झालं नाही माझं. सकाळी उशिरा जाग आली.

सखाराम : रात्री मजा आली....

[चंपा गप्प. जेवते आहे.]

चंपा : मला काय पन आठवत नाही.

सखाराम	: च्यल् च्यल्...
चंपा	: खोटं नाही.
सखाराम	: खूप मजा आली.... दिवसभर तेच आठवत होतं. म्हटलं जावं घरी...
चंपा	: बस तिकडं बाहेर. मला जेऊ दे.
सखाराम	: नाही.
चंपा	: मग?
सखाराम	: आधी ते.

[मागे धरलेली दारूची बाटली काढून दाखवतो.]

चंपा	: (ती पाहून) मला जेऊ दे.
सखाराम	: ऊं हू. (तिचा हात धरतो तो ती अनपेक्षित जोराने झटकते.) ही गुर्मी!
चंपा	: मला जेवनावर असा त्रास देऊ नको, सांगते.
सखाराम	: या घरात माझाच शब्द चालतो. मी म्हणेन ते झालं पाहिजे!

[चंपा जेवत राहते.]

हुकमाची तामिली लागते आपल्याला. नाहीतर वाईट माणूस आहे मी. बेदम चोपून काढतो. मागं पुढं बघत नाही मग.

चंपा	: मला सांगतोस होय?
सखाराम	: तू कोण वेगळी. मला हवंय.
चंपा	: जा तिकडे बाहेर. काम आहे मला.
सखाराम	: (हात धरून) चंपा!
चंपा	: (हात न झटकता अनपेक्षित समजुतीच्या स्वरात) ऐक माझं, मला तरास देऊ नकोस.

[सखाराम हात सोडून बाहेरच्या खोलीत जातो. चडफडत फिरतो.]

सखाराम	: (ओरडून) बाहेर व्हावं लागेल घरातनं, मग कळेल. कुत्रीसारखं जगावं लागेल मग. भेटेल त्याच्याबरोबर दुकान मांडावं लागेल, दुकान.

[चंपा जेवते आहे, पण आता तीही बेचैन झाली आहे. असा

थोडा वेळ जातो. जेवण थांबवून चंपा नुसतीच बसलेली. मग जणू कसल्या तरी भयंकर उद्रेकाने समोरचे ताट आवेशाने जोराने लांब उडवून देते! मोठा आवाज करीत ते ताट लांब जाऊन पडते.

बाहेर सखाराम या आवाजाने थबकलेला.

आवाज थांबतो.

चंपा उठते. मोरीशी हातांवर पाणी घेते. हात पातळाला पुसते. पडलेले ताट उचलून खरकटे भरून मोरीशी ठेवते. त्याला नमस्कार करते. बाहेर येते.]

चंपा : (सखारामकडे जाऊन) चल. दे दारू इकडे.

[सखाराम क्षणभर तिचे उग्र रूप पाहत राहतो.]

चंपा : काय म्हनते, दारू दे मला.

[सखाराम मुकाट्याने देतो. ती बाटलीचे बूच दात ओठ खाऊन उघडून दारू पिते.]

चंपा : घे, तू पन पी. पी. (बळेच त्याच्या तोंडाला लावते. स्वत: पिते.) तुला मजा देते थांब. मजा देते तुला. (पीत राहते. त्याच्या तोंडाला बाटली लावते. हसत राहते खदखदा.) मजा देते कोन येल त्याला. मजा देते कुत्र्याला न मुडद्याला पन.

[बाहेरच्या दारावाटे दाऊद आत येतो आणि भारल्यासारखा जागच्या जागी हे पाहत उभा राहतो.]

चंपा : कोन? दाऊद? ये. तुला हवी मजा? घे. घे मुडद्या. ये. अरे ये ना मुडद्या, घे मला मुडद्या—

[दाऊद स्तंभित उभा. सखाराम बधीर उभा.

[चंपाचा हात सखारामच्या गळ्याभोवती. तर्र हसते आहे. अस्ताव्यस्त. काळोख.]

दृश्य सहावे

[प्रकाश येतो. बाहेर काळोख पडला आहे. घराबाहेरून खिडकीवाटे दिव्याचा उजेड आत घरंगळला आहे थोडासा. बाकी घरात गडद काळोख. थोडा वेळ चंपाचे अस्पष्ट कण्हणे, पुटपुट अर्धवट शुद्धीतली.]

चंपा : कोन आहे ते? या. मजा घ्या मजा. ए मुडद्या, दूर हो. (दारूतले हसणे. मग कण्हणे.) दारू हवी मला... दारू हवी... दारू हवी... दारू हवी... (हसणे, कण्हणे.)

[काळोख.]

दृश्य सातवे

[प्रकाश येतो. दिवस.
चंपा घरात नाही. दाऊद आणि सखाराम. सखारामच्या मुद्रेवर चालू नव्या आयुष्याची चिन्हे. तो वेगळा वाटतो आहे.]

दाऊद : लेकिन सखाराम, कामपे नही जानेसे तू कैसा निभाएगा यार? काम तो करनाही पडता है— घरसन्सार है न. गये हप्तेसे कामपे गयाही नही तू.

सखाराम : जाऊ. मर्जी लागली का जाऊ पुन्हा.

दाऊद : और नौकरीसे निकालेंगे तो...

सखाराम : अरे त्यांचे बाप काढतील नोकरीवरून. आपण एकदम तब्बेतीत आहोत दाऊद, बस्स. एक नोकरी गेली तर दुसरी मिळेल. बोजे उचलू हवे तर नाहीतर दगड फोडू. काम तर करायचंच आहे, दाऊद. हा सखाराम बाइंडर कामाला कधी डरला नाही. आपले आपण कष्ट करून वाढलो. हां— बापाला बाप म्हटलं नाही, आईनं तर म्हारड्याचं पोर मानलं. निवडुंगासारखा वाढलो, माळावर. तर काय आता डरतो होय मी? यानंतर चंपा, बस्स.

दाऊद : लेकिन लोग क्या बोलते है...

सखाराम : (उसळून) लोक! लोकांच्या बापाचं काय लागतो हा सखाराम बाइंडर? भुकेला होतो तेव्हा या लोकांनी येऊन मला भरवलं? का मिरजेच्या मिशन इस्पितळात तापानं मरत होतो तेव्हा गावातलं कुणी आलं चौकशीला— हा मेला का जिता आहे म्हणून? नाही दाऊद, लोकांचं आपल्याला सांगू नकोस. लोक स्वत: झक् मारतील आणि दुसऱ्यांचं नाक तोकडं त्याची बकवास करत बसतील. गावात आपल्यापेक्षा स्वच्छ कोण नाही. सगळे साले एकजात मळलेले भरलेले पार. त्यांचं सांगू

नको. आपल्यापेक्षा श्रेष्ठ काय त्या एक रांडा. त्या काय बोलतात सांग. त्या मला दारुड्या म्हणतात? बाईच्या नादानं वाया गेला म्हणतात? चंपामुळं बिघडलो म्हणतात? नाही. कारण त्या समजतात. रांडा नि माणसं यात फार फरक नसतो. फरक फक्त एकच, माणसं खोटी असतात आणि रांडा खऱ्या असतात. बास!

दाऊद : लेकिन सखाराम, अपनेको अपने तरफ देखना चाहिये ना? तुम्हारा ये घर कैसा था और कैसा है. सखाराम, याद है तुझे.... उसको उतने बहोत दिन भी नही हुए... जब यहां वो पंछी था... लक्ष्मीभाबी. कैसा था तब!

सखाराम : अरे लक्ष्मी गेली, संपली. लक्ष्मी आपल्याला मेली. आता तिचा काय संबंध? तो जमाना संपला केव्हाच. आपण नाही त्या आठवणी काढत. आता चंपा, बस्स! चंपाच्या नखाची सर कुणाला नाही. अरे तुला काय ठाऊक आहे, काय गंमत आहे चंपा म्हणजे ती...

दाऊद : देखो, जो दिखा पडता है और सुनाई देता है वो मुझे अच्छा नही लगता, इतना मै कह सकता हूं.... तू मान या न मान. अच्छा, तो मै चला, धंदेकी टैम है—

सखाराम : जा, जा... माझी फिकीर नको करूस—

[दाऊद जातो. एकटा सखाराम, किंचित्काल तसाच. मग उठून कोनाड्याकडे जातो. काळोख.]

दृश्य आठवे

[प्रकाश येतो. दिवस. बाहेर लांबवर ताशावाजंत्री जोरजोराने वाजते आहे. स्वयंपाकघरात चंपा दारूच्या नशेत तोल सावरण्याचा प्रयत्न करीत काम करते आहे. बाहेर सखाराम येतो.]

सखाराम : (वहाणा काढून आत खुंटीकडे येत) चंपा.....चंपा.....

[चंपा कशीबशी भेलकांडत समोर येते.]

(तिला पाहत) तू प्यायलीस? सकाळलाच? आज दसरा— सणाचा दिवस— आणि—

[चंपा नशेत हसते.]

सखाराम : सणाच्या दिवशी आणि सकाळलाच हे काय आहे काय? हे
बरं नव्हे, चंपा. एवढ्या सकाळला सणाची का प्यायलीस तू?
तुला काय म्हणलो होतो मी प्रेसवर पूजेला जाताना? अजून
अंघोळसुद्धा नाही तुझी आणि प्यायलीस! सणाच्या दिवशी
घरचं बाईमाणूस कसं हवं? कोण आलं तर काय म्हणेल?
जा, आत जा आधी. चालती हो आत...
[चंपाला कशीबशी ढकलून स्वयंपाकघरात घालवतो.]

सखाराम : नालायक. सण नाही, वार नाही. बाईमाणसाला हे शोभतं?
दुसरी तिसरी असती तर थोबाड फोडलं असतं.
[हे म्हणत बाहेरचे दार लावून घेतो. जाकीट-खमीस काढून
खुंटीला लावतो. मृदंग काढतो. त्यावरची भरपूर धूळ झटकतो,
तो एका कोपऱ्यात नेऊन ठेवतो. देवाची तसबीर शोधून
आणून तिच्यावरचा कचरा झटकीत ती तिथे मांडतो. मग
ताम्हन शोधून ते घेऊन बाहेर जाऊन थोडी फुले आणतो
ताम्हनातून. स्वयंपाकघरात मोरीत जाऊन हातपाय धुतो. तिथे
चंपा काम करताना झिंगून हेलपाटते आहे. तिचा एकदा फार
तोल जातो. सखाराम तिला सावरतो. ती त्याच्या गळ्यात
पडते. सखाराम तिला बाजूला करण्याचा प्रयत्न करतो. ती
त्याच्यापासून दूर होत नाही. झिंगले हसत राहते.]

सखाराम : अग दूर हो तिकडे तशी. हो दूर म्हणतो ना, मला पूजा
करायची आहे. दूर होतेस का नाही? दूर!
[चंपा झिंगले हसतेच आहे.]

सखाराम : सालीला शरम नाही. चालती हो आधी घरातनं— चल...
[हे म्हणताना तो चंपाच्या धुंद शरीराने एकीकडे जास्त जास्त
नादावत चाललेला.]

सखाराम : दूर होतेस का घालू कमरेत लाथ?
[चंपा नशेत जास्त जास्तच हसते आहे.]

सखाराम : दूर— दूर हो आधी! कुत्री साली.

[तो चंपाला ढकलतो. ती जाऊन आपटते आणि लोळते.]

चंपा : (कळवळत) आ ऽ ऽ ऽ...

[सखाराम जाऊन तिला लागले का पाहण्यासाठी तिच्यापाशी वाकतो.]

सखाराम : बघू कुठे लागलं? लागलं कुठे तुझ्या? बोलत नाही. बोल, कुठे लागलं. नाही तर मर.

[सखाराम चंपापाशी तसाच बसतो. काळोख.]

दृश्य नववे

[प्रकाश येतो. स्वयंपाकघरात मंद उजेड. चंपा आणि सखाराम स्वयंपाकघरात बिछान्यात. बाहेर दार वाजत राहते.]

कोणीतरी : कोण आहे घरात? सखाराम... ए सखाराम...

[थोड्या वेळाने हे बंद. पुन्हा किंचित्कालाने कोणीतरी दार वाजवू लागते.]

आणखी कोणी: सखारामपंत... अहो ऽ ऽ सखारामपंत... घरात दिसत नाहीत—

तिसरा कोणी: आत कुणीतरी आहे तर खरं...

आणखी
कोणी : बाई असेल—

तिसरा कोणी: दोघं असतील—

कोणीतरी : (हाका) ए सखाराम— आहेस का?

[पुन्हा दार वाजत राहते.

स्वयंपाकघरात पडल्या पडल्या थोडी चाळवाचाळव. पण कोणी उठत नाही. ओ देत नाही.

थोड्या थोड्या अवकाशाने दारावर अशा थापा, हाका, परस्परांतील बोलणे. मग सारेच थंड.

स्वयंपाकघरात सर्व थंड. मधूनच दारूच्या नशेतील सखारामची पुटपुट. बाहेर लांब ताशा-वाजंत्री वाजत असते. घरावर कावळा ओरडत असतो. पुन्हा दारावर थापा, हाका. थापा. आलेले कोणी जाते. पुन्हा सर्व स्तब्ध. काळोख.]

दृश्य दहावे

[प्रकाश येतो. रात्र.
स्वयंपाकघरात चिमणीचा मंद उजेड. बाहेर लांब कुत्री रडताहेत.
रातकिड्यांचे आवाज. दारावर थापा पुन:पुन्हा वाजत राहतात.]

सखाराम : (नशेच्या स्वरात) ए.... ऊठ....

[पुन्हा थापा.]

सखाराम : कोण दार वाजवतंय वाटतं. ऊठ ए... ऊठ म्हणतोय तर.
आधी ऊठ. कशी पसरलीय. ते बघ दार वाजतंय.....

[पुन्हा थापा. आणखी.]

सखाराम : कोण एवढ्या रात्री.... साली उठत नाही. टेर पडलीय.

[कसाबसा उठून बसतो. डोके गच्च धरून राहतो.]

सखाराम : आ.. डोकं ठणकतंय नुसतं.

[पुन्हा थापा.]

सखाराम : (घोगऱ्या स्वरात) अरे हो, ऐकलं— एवढ्या रात्रीचं कोण....
[मग सखाराम उठतो डळमळत जागचा. धडपडत बाहेरल्या
खोलीत येतो. पूजेसाठी ठेवलेल्या मृदंगाला टक्करतो. ते सर्व
साहित्य उधळते. तिथून दाराकडे जातो.]

सखाराम : कोण आहे इतक्या रात्री?

[दार उघडतो. दारात कोण आहे ते दिसत नाही.]

सखाराम : कोण आहे? (डोळे चोळतो. स्तब्ध.) कोण....तू?....स्वप्न
का खरं... (पुन्हा डोळे चोळून पाहतो.) तू का इथं? तू
कशी?

[किंचित्काल तो तसाच. आता त्याच्या एका बगलेने एक
आकृती अंग चोरून एका बोचक्यासकट आत शिरते. अवस्था
भयाण. हुडहुडल्यासारखे अंग चोरून घेतले आहे. तोंडावर
पदर. बोचके खाली ठेवते. ही लक्ष्मी.]

लक्ष्मी : (सपाट सूर) पुतण्यानं बाहेर काढलं मला. माझ्यावर चोरीचा
आळ घातला त्याच्या बायकोनं. पोलिसात देत होते मला. कुठं
जाणार मी? इकडं आले. एवढंच ठिकाण तर मला होतं.

[सखाराम सुन्नपणे पाहतो आहे तिला. त्याला कळत नाही, घडते आहे हे स्वप्न की खरे?]

लक्ष्मी : आता इथंच राहीन. इथं मरेन. कुठंच जाणं नको मला—इथंच जगेन, इथंच मरेन.

[दाराशी सखाराम सुन्न उभा. जरा आत लक्ष्मी हुडहुडल्याप्रमाणे त्याला सामोरी उभी.

स्वयंपाकघरात बिछान्यात चंपा नशेत पुटपुटत कूस बदलते.

लांबवर कुत्री ओरडत आहेत.

सखाराम एकदम भानावर आल्याप्रमाणे जागचा निघतो. लक्ष्मीकडे जातो. तिचा दंड पकडतो आणि तिला नेऊन दाराबाहेर ढकलून दार लावून घेतो एका आवेगाने.

दारावर पुन्हा थाप नाही हे पाहून तो श्वास टाकतो.]

चंपा : (स्वयंपाकघरात बिछान्यातच याने जरा होष येऊन) कोन आहे? कोन आलं?

[शांतता.

घडते आहे त्यावर सखारामचा विश्वासच बसू शकत नाही.

लक्ष्मी आली होती हे खरे की खोटे? आपण तिला बाहेर टाकले हे खरे की खोटे?

त्याला नीटसे कळूच शकत नाही. त्यावर विचार करण्याच्या स्थितीतही तो नाही. दारू अद्याप पुरती उतरलेली नाही. इतके खरे की, दारावर पुन्हा थाप नाही. कसली चाहूल नाही. डोके धरून सखाराम सुन्न उभा.

मग तो धडपडत स्वयंपाकघराकडे निघतो, आणि जाऊन बिछान्यात आडवळतो. निपचित होतो.

चंपा पडल्या पडल्या नशेत अस्पष्ट बरळते आहे.

लांबवर कुत्री भुंकताहेत थांब-थांबून.

[काळोख.]

दृश्य अकरावे [पुन्हा रात्रीचा मंद उजेड. बाहेर बऱ्यापैकी पावसाचा एकसारखा आवाज चालू आहे.

काळोख.]

अंक तिसरा
दृश्य पहिले

[प्रकाश येतो. सकाळ. घरात उन्हे आली आहेत. चंपा हातात केरसुणी घेतलेली बाहेरच्या खोलीत येते. ती विस्कटलेली, सुस्तावलेली, विमनस्क. दार उघडते.
दारावाटे उन्ह येते आत.
स्वत:च्याच नादात तोंडाने एक ओवी गुणगुणत चंपा केर काढू लागते. ती तिच्या नादात असताना दारात एक आकृती. ही लक्ष्मी. चंपाचे लक्ष नाही.]

चंपा : (मग लक्ष जाऊन) रोज रोज नाही मिळनार भीक तुला बाई. जा, पुढल्या घरी जा.
[तरी लक्ष्मी दारात निश्चल उभी.]

चंपा : मी काय म्हनते तुला? भैरी आहेस का काय? इथं भीक मिळनार नाही तुला. जा कशी वाटेनं. नवी दिसतेस!
[लक्ष्मी तशीच उभी.]

चंपा : बरी धडधाकट दिसतेस की. आनि मग अशी भीक का मागतेस तू?
[लक्ष्मी स्तब्ध उभी.]

चंपा : आता जातेस का येऊ? भिकारी ते भिकारी न् कोडगं बघा किती! चल, जा आधी—
[चंपा पुढे होते. लक्ष्मी दारात तशीच.]

लक्ष्मी (सपाट स्वरात) मी भिकारीण नाही.

चंपा : आनि मग? काय राजाची रानी आहेस?

लक्ष्मी : या घरात रहात होते मी.

चंपा : (नवलाने) काय?

लक्ष्मी : हो. त्याच केरसुणीनं केर काढत होते इथला. तू आहेस अशीच तुझ्या आधी मी इथं रहात होते.

चंपा	: म्हंजे तू...
लक्ष्मी	: लक्ष्मी. एक वर्ष आणि एकवीस दिवस इथं राहिले मी. गतवर्षी श्रावणात इथं आणलं मला. चतुर्थी होती. सहा दिवसांची उपाशी होते मी. चांगलं आठवतंय.
चंपा	: मग आता तू इथं कशी?
लक्ष्मी	: अमळनेरला पुतण्याकडे होते. तिथं राजाराणीचा संसार. नकोशी झाले. दुसरीकडे जाणार कुठं? इथं आले. मला दुसरं कुणीच नाही.
चंपा	: नवरा—
लक्ष्मी	: (उसासते.)
चंपा	: (केर काढू लागते) तो घरी नाही— तुला हवा तो— सखाराम. प्रेसवर गेला.
लक्ष्मी	: आहे माहीत. मी पाहिलं जाताना.
चंपा	: पाहिलंस? मग हाक नाही मारलीस?
लक्ष्मी	: नाही. उशीर झाला होता ना. त्यात आणखी माझ्यामुळं जास्ती झाला असता.
चंपा	: तू तेव्हा कुठं होतीस? चांगले दोन घंटे लोटले की तो गेल्याला—
लक्ष्मी	: मी रात्रीपासनं बाहेर तिकडे वळचणीला बसून होते. पाऊस आला ना. पहाटे जरा डोळा लागला, पण ते प्रेसला निघण्याच्या वेळेला— कशी कुणास ठाऊक— पुन्हा जाग आली होती मला.
चंपा	: तू रात्री आलीस?
लक्ष्मी	: हो.
चंपा	: आणि मग?
लक्ष्मी	: बाहेरच होते. पाऊस नसता तर अंगणात झोपणार होते.
चंपा	: पन मग दार वाजवायचं की.
लक्ष्मी	: (जरा थांबून, मग) नाही वाजवलं. म्हटलं कशाला. रात्र पण फार झाली होती ना. झालंच तर झोप अशी किती येणार होती. तुमची उगीच झोपमोड.

चंपा	: मी मेल्यासारखी झोपले होते बघ. दारूची नशा होती.
लक्ष्मी	: (नवलाने) म्हणजे? तुम्ही दारू घेता?
चंपा	: हा. का?
लक्ष्मी	: रात्री पण... घेतली होतीत?
चंपा	: हा. रोज घेते. तो पन घेतो.
लक्ष्मी	: (जरा विषादाने) काल दसरा. सणाचा दिवस.
चंपा	: मग?
लक्ष्मी	: (कळवळ्याने) सणावारी, देवाच्या दिवसाला असलं वाईट.
चंपा	: देवधर्म करतीस वाटतं?
लक्ष्मी	: हो. पूर्वीपासनं. लहानपणापासनं मला ते आवडतं. माझ्या दुर्दैवात मला माझ्या देवधर्मावरच्या श्रद्धेनंच तारलं. एखादीनं जीव दिला असता. मी जिवंत राहिले. (जरा थांबून उत्सुकतेने) तुम्ही कधी आलात इथं?
चंपा	: झाले, एकदोन महिने. दोन झाले असतील.
लक्ष्मी	: मी गेल्यावर लगेच आलात?
चंपा	: तू कधी गेलीस ते मला काय माहीत?
लक्ष्मी	: भाद्रपदात अष्टमीला गेले. दिवस लक्षात आहे माझ्या. इथला प्रत्येक दिवस लक्षात आहे माझ्या. घडाघडा म्हणून दाखवीन. मी सांगते, दोन महिने म्हणजे माझ्यापाठून लगेच आला असणार तुम्ही. नक्की.
चंपा	: मग आता पुढं काय बेत तुझा?
लक्ष्मी	: काय असणार?
चंपा	: ते खरंच. तुला दुसरं ठिकानच राहिलं नाही. इथंच रहानार म्हन की.
लक्ष्मी	: हो. असं म्हणते.
चंपा	: (जरा थांबून) आत चल. च्या करते.
लक्ष्मी	: नको. कशाला.
	[चंपा स्वयंपाकघराकडे जाते. लक्ष्मी एकटीच बाहेर.]
चंपा	: (आत जाताना) मला पन हवा आहे. रात्रीचा फार त्रास देतो सखाराम.

[बाहेर लक्ष्मीची यावर प्रतिक्रिया.]
सकाळी पुन्हा आपनच उठून च्या करायचा म्हनजे नको वाटतं. आंग अन् डोकं कसं ठनकत असतं निसतं.
[लक्ष्मी न राहवून आत सरकते.]

लक्ष्मी : मी करते हवा तर– चहा–

चंपा : (लागलीच) नको. दोन दिवसांसाठी आलीस तू. तुला कशाला तकलीफ?

लक्ष्मी : (कशीबशी) तकलीफ कसली त्यात....
[अभावितपणे लक्ष्मी कामाला हात लावू लागते. चंपा तिचे हे पाहते आहे.]

लक्ष्मी : हे भांडं— इथंच असतं ना हे अजून?

चंपा : हो.

लक्ष्मी : (इतस्तत: बघते आहे. न राहवून) देव कुठं आहेत?

चंपा : देव म्हनतेस? कुनास ठाऊक.

लक्ष्मी : कुणास ठाऊक कसं? तुम्हांला मिळले नाहीत? मी इथं दोन लहान तसबिरी ठेवून गेले होते.

चंपा : असतील.

लक्ष्मी : (चिंतेच्या स्वरात) कुठं गेल्या कुणास ठाऊक.... (न राहवून) हे अजून करतात ना पूजा?

चंपा : कोन? सखाराम? त्याला एकच पूजा माहीत.

लक्ष्मी : मी होते तेव्हा नंतर नंतर रोज न चुकता अंघोळ करून देवाला गंधफूल वहायचे. तुम्ही करता की नाही देवपूजा?

चंपा : देवाचं काय लागत नाही बघ मी.

लक्ष्मी : असं कसं. सगळं तोच तर करतो.

चंपा : माझं काय पण बरं केलं नाही त्यानं. घे. च्या घे. (तिच्यापुढे चहा ठेवते.) काय पहातेस?

लक्ष्मी : (चहाच्या पेल्यात एकटक बघत) झालं? कुणी सांगितलं होतं ग तुला नको तिथं पडायला? आं? कुणी सांगितलं होतं? आणि आता नाकातोंडात चहा जायला लागल्यावर वळवळतेस

काय? अगोचर कुठली. चावट कुठली. (खुदखुद हसत अगदी हळुवारपणे बोट घालून चहात पडलेली मुंगी बाहेर काढते.)

लक्ष्मी : एवढुस्सं पोट आणि सगळा चहा प्यायला निघाली! थांब, पळू नकोस. तुला कोरडी करते. बघू.... (पदराने मुंगीला हळुवारपणे टिपते.) हूंऽ... आता नाई ना पुन्हा पलनाल च्यात? नाई ना? जा, पळा. (सोडते तिला.)

[चंपा स्वत: चहा घेणे टाकून भिकारणीसारख्या अवतारातल्या लक्ष्मीचे निरागस रूप नवलाने, भारल्याप्रमाणे पाहत बसते.]

लक्ष्मी : मागं मी इथं होते ना, तेव्हा असाच एक मुंगळा होता. गुलाम असा ऐटबाज होता! मी त्याला म्हणायची राजा. राजासारखा होता म्हणून राजा. खूप लळा लागला होता बघा त्याला माझा. आणखिन एक कावळा होता.

[बाहेर कावळ्याची कावकाव.]

लक्ष्मी : (एकदम हुशारून) तो बघा! तोच असणार!.... (वेगाने खिडकीशी जाऊन बाहेर पाहू लागते. घेरी येते. डोळे मिटते. आधार घेते.)

चंपा : (उठून तिला धरून पुन्हा आणून बसवीत) च्या घे बरं आधी. कावळा काय कुठं पळत नाही. पोटात कधीपास्नं काय नसल तुझ्या... ये आधी इकडे.

[लक्ष्मीला बळेच आणून शेजारी बसवते. दोघी चहा घेऊ लागतात.]

घे. हे बटरबिस्कुट घे. (देते.) खा च्याबरोबर. किती दिवस राहशील इथे?

लक्ष्मी : कोण? मी? मी आणखी कुठं जाणार? पुतण्याचं घर तर बंदच झालं. नवऱ्याचं कधीच बंद झालं होतं.

चंपा : का काढलं नवऱ्यानं बाहेर तुला?

लक्ष्मी : मूल नव्हतं.

चंपा : मग तू गेल्यावर झालं त्याला?

लक्ष्मी : काय की. कसं कळणार. तिकडली काहीच बातमी कळली नाही.

तुम्ही.... तुमचं काय झालं?

चंपा : नवरा पावनेआठ. त्यात भारी त्रास द्यायचा. बघितलं बघितलं नि डोकं तडकलं तशी मीच निघाले घरातनं. कुकवाला तरी कशाला हवा नवरा.

लक्ष्मी : आता कुठं असतो?

चंपा : कुनास ठाऊक, जिता आहे का मेला, मुडदा.

लक्ष्मी : (कळवळून) असं बोलू नये!

चंपा : मग काय बोलू त्या हलकटाबद्दल?

लक्ष्मी : कसं झालं तरी नवरा म्हणजे देवा-ब्राह्मणासमक्ष गाठ बांधलेली असते ना आपली त्याच्याशी.

चंपा : नरकवास काढायला देवब्राह्मन येत नाहीत.

लक्ष्मी : ते नशिबाचे भोग असतात एकेकाच्या.

चंपा : म्हनून काय मेल्या मढ्यागत मरेपत्तर सहन करायचं होय? तुला सांगते, मी केलं सहन. फार झालं तेव्हा लाथ घालून बाहेर पडले घर सोडून. यानं इथं आनलं– तुझ्या सखारामानं.

लक्ष्मी : (सुस्कारून) माझे कसले. आता ते तुमचे आहेत.

चंपा : हे बघ, माझी मी. आहेत तर सगळे नाही तर कोन नाही मला. मला आहे ठावकी.

[स्तब्धता.]

लक्ष्मी : (न रहावून) तुमचं इथं कसं चालतं?

चंपा : काय चालायचं. दारू घेतली की कोनाचं पन चालतं. खायला घालतो ते अन्न पुरतं वसूल करतो बघ तुझा सखाराम. मी म्हनून टिकले. काय करनार? परतून बाहेर पडायचं म्हनजे रोज कुठली कोन चार जनावरं भेटनार, त्यापक्षी हा एकटा परवडला की.

लक्ष्मी : (उसासते आणि धीर धरून) मग मी इथं राहिले— कायमची— तर तुम्हांला— चालेल?

चंपा : (जरा विचार करून) मला बाहेर काढू नकोस; म्हनजे झालं. तसं करायला गेलीस तर मात्र मी वाईट बाई आहे. सांगते आधीच.

लक्ष्मी : असं कसं करीन मी. माझं काही मागणं नाही. आता पूर्वीसारखं झेपणार पण नाही. आता एक घराचं छप्पर डोक्यावर राहिलं की बस्स. म्हणाल तशी राहीन मी. खूप काम पण करीन—

चंपा : (जरा विचार करून) रहा. तू घर बघ, मी त्याला बघते. दोन्ही मला पन झेपत नाहीत. तू जग आणि मी पन जगते.

लक्ष्मी : (अत्यंत कृतज्ञतेने) हो. मी—मी सांगेन त्यांना. मी खरंच त्रास देणार नाही. उलट उपयोगीच पडेन कामाला. अशी दिसते ना, पण अजून काम वाटेल तेवढं करू शकते मी. पुन्हा जेवते कमी. वेळेला शिळा भात आणि वाटीभर ताक असलं की मला पुरतं. माझी कसलीच चलबिचल नाही. बरं, उपास पण असतात. अंगावर आणि दांडीवर, अशी दोन पातळं पुरेत मला. तीसुद्धा नवीच हवीत असं नाही— तुमची जुनीसुद्धा चालतील....

[बाहेर सखाराम येतो. वहाणा काढतो. काहीतरी कारणाने तो नाराज आहे पहिल्यापासून.]

सखाराम : (आत चंपाला उद्देशून) मी आलोय.

[आत चंपा लक्ष्मीला खुणावते.
सखाराम खुंटीकडे जाऊन जाकीट-टोपी काढतो.]

सखाराम : (गुरगुरत) मजुरी तेवढीच आणि जादा काम करावं असं मागतात साले. कोण करील? काय तुम्ही आमचे बाप लागलात का आम्हांला विकत घेतलंत तुम्ही? दाखवतो म्हणावं तुम्हांला....

[पाय धुण्यासाठी पाणी घेऊन लक्ष्मी जाऊन बाहेरच्या दाराशी उभी. सवयीने सखाराम न पाहता स्वत:च्याच नादात गुरगुरत पाय धुण्यासाठी जातो. लक्ष्मीला पाहून एकदम ताठरतो. लक्ष्मीच्या अंगात क्षणमात्र सीमेचे भय एकवटते. अधोमुख होऊन थरथरते..

सखाराम : (हिंस्त्रपणे) तू! का आलीस परत? कुणी घेतलं तुला घरात?

लक्ष्मी : (प्रयासाने) पुतण्यानं घरून हाकललं मला. इथं आले. दुसरं कोण नाही. चोरीचा खोटा आळ घेतला नी माझ्यावर.

सखाराम : पण इथं का आलीस तू?

लक्ष्मी : दुसरीकडे कुठं जाणार मी.... कोण आहे....

सखाराम : दुनिया मोकळी होती तुला. मी काय म्हणालो होतो? तुझा माझा संबंध संपला.

लक्ष्मी : रोज आठवण यायची. एक दिवस असा नव्हता, इथली आठवण मला झाली नाही.

सखाराम : मला तुझी आठवण मुळीसुद्धा झाली नाही. इथून गेली ती संपली— मेली. काही संबंध नाही मग. हा कायदा आहे इथला. आज चौदा वर्षं हा चालू आहे. तुला ठाऊक नव्हता तो? इथं पहिल्यांदा घेऊन आलो तेव्हा तुला सगळं सांगितलं होतं का नाही मी? मग?

लक्ष्मी : ते घर संपलं, मग कुठं जाणार. दुसरा थारा नव्हता. इथं आले.

सखाराम : थारा नव्हता तर जीव द्यायचा. माझा आता काय संबंध ? मी काय मरेपर्यंतची जबाबदारी नव्हती घेतली तुझी. मी कोण तुझा?

लक्ष्मी : (कशीबशी) देव—

सखाराम : (कर्कशपणे) काय? खबरदार पुन्हा तसलं म्हणशील तर, खबरदार! गळाच घोटीन! आपला गरजेचा संबंध होता. गरज संपली, संबंध संपला, बास! इथं काय पुन्हा काम तुझं? कुणी राहवून घेतली तुला? बाहेर हो आधी या घरातनं, चालती हो आधी—

[लक्ष्मी कमालीची थरकापते आहे.
आतून चंपा केसांचा बुचडा बांधीत येऊन आतल्या दाराशी हे पाहत उभी. तिच्यावर यातील कशाचा परिणाम नाही.]

लक्ष्मी : (एकदम हातची पाण्याची बादली आणि तांब्या बाजूला ठेवून सखारामचे पाय धरून) मला बाहेर काढू नका. मला आधार नाही. कोण मला विचारणार. मी कशीही राहीन. सगळी कामं करीन. मला काही नको, फक्त डोईवर छप्पर आणि मरताना तुमची मांडी—

सखाराम : (तिला दूर उडवून) चल हट! चालती हो घरातनं आधी, नाही

तर डोकंच फोडतो तुझं! हो बाहेर पहिली. पहिली बाहेर हो—

[लक्ष्मीने सखारामचे पाय आता घट्ट पकडून ठेवले आहेत. त्याने प्रयत्न करूनही ते सुटत नाहीत. तो तिला शिव्या घालतो आहे.

चंपा हे शांतपणे पहात उभी.

सखाराम लक्ष्मीला दात ओठ खाऊन आता बुकलू लागतो. तरीही लोळागोळा लक्ष्मी त्याच्या पायांना घट्ट झटलेली.

मारताना सखाराम शिव्या घालतो आहे.

चंपा हे पाहते आहे.]

चंपा : अरे किती मारशील. प्रान जाईल अशानं तिचा.

सखाराम : बेहत्तर आहे गेला तर. पण सालीला घरात नाही राहू देणार! (आणखी मारू लागतो.)

चंपा : आनिक, खून पडला तर माझं काय करनार आहेस.

सखाराम : तुला आहे की तुझा नवरा.

चंपा : नवरा असलेली कोन इथं येईल.

सखाराम : (संतापाच्या नव्या झटक्याने जास्त अमानुषपणे लक्ष्मीला मारीत) हूं! हूं! कोडगी कुत्री साली. जळू साली....

चंपा : (येऊन लक्ष्मीला बाजूला करून मध्ये उभी राहात) मला मार.

[तो हात आवरून चडफडत उभा. लक्ष्मीला उभी करून तिचे तोंडावरचे हात चंपा बळेच बाजूला घेते.]

चंपा : बघू– डोळा थोडक्यात बचला म्हन की. पोटात नाही ना लागलं? पोटाखाली? चल, आत चल.

सखाराम : आत नव्हे, बाहेर—

[चंपा लक्ष्मीला आत नेऊ लागते.]

सखाराम : काय म्हणतोय मी. बाहेर काढ आधी तिला.

चंपा : (लक्ष्मीला) चल, बघू नको उगीच.

[चंपा लक्ष्मीला आत घेऊन जाते.

सखाराम चडफडत उभा. त्याला काय करावे कळत नाही.]

सखाराम : चंपे, तिला पहिली बाहेर काढ, सांगतोय.

[चंपा लक्ष्मीला आत नेऊन बसवते.]

चंपा : (लक्ष्मीला) जळत असेल मार लागला तिथं. फार त्रास होतो, बघ. बस इथंच. उठू नको. (बाहेर येते. लक्ष्मीने ठेवलेली पाण्याची बादली आणि तांब्या उचलून सखारामला) चल, पायावर पानी घालते तुझ्या.

[सखाराम संतप्त उभा.]

सखाराम : आधी ती इथनं बाहेर गेली पाहिजे.

[चंपा स्तब्ध.]

सखाराम : चंपे, तिला इथनं पहिली बाहेर घालव, तुला निक्षून सांगतोय.

चंपा : पन मी कोन घालवनारी. घर तुझं आहे. तू घालव की हवं तर. काय मी आनली होय तिला इथं?

सखाराम : मग तू का मध्ये आलीस आमच्या?

चंपा : का आले? खुनासाठी तू जाशील खडी फोडायला आनिक मला जावं लागेल पोटाची दीड वितीची खळगी भरन्यासाठी दर वेळी नवं गिऱ्हाइक शोधत धंद्याला. रोज दहा जानवरांकडून फाडून घेण्यापेक्षा एक काय करतं ते करू दे. समजलं न्हवे? चल आता पाय धुन्याला. च्या तयार आहे.

सखाराम : तिला म्हणावं पहिली घराबाहेर हो. माझा तिचा काय संबंध नाही!

चंपा : पन तुला तिचा त्रास का होतो? मला घरात कामाला मानूस होईल. माझ्याच्यानं तुझा त्रास आनी घरातलं काम निभत नाही. ती घर बघेल. पुन्हा काय देनं घेनं नाही. दोन वेळा दोन शिळेपाके घास खाईल आनिक माझी जुनेरं नेसेल. तुला काय तकलीफ होनार आहे त्यात?

सखाराम : दोन माणसं पोसायची नाहीत मला.

चंपा : होय? मग मी जाते.

सखाराम : नाही, तिला घालव. तिनंच गेलं पाहिजे. नालायक साली. माझ्या मांडीवर डोकं ठेवून मरण्याच्या गोष्टी करते! (ओरडून) लक्ष्मे, आधी बाहेर चालती हो माझ्या घराच्या. चालती हो

आधी. इथं काय काम नाही तुझं.

[आत लक्ष्मी थरकापते.]

चंपा : तू आता पाय धुवायला येतोस का हे सगळं इथं ठेवून आत जाऊ मी?

[सखाराम नाखुषीनेच पाय धुण्यासाठी चंपामागून जातो बाहेर. लक्ष्मी आत भिंतीला टेकून थरथरत उभी. बाहेर कावळा ओरडतो. धडपडत लक्ष्मी स्वयंपाकघराच्या खिडकीशी जाऊन बाहेर पाहू लागते उत्सुकतेने.

धुतलेले तोंड, हात पुसत सखाराम आणि मागून चंपा बाहेरच्या खोलीत येतात.

चंपा बादली, तांब्या घेऊन स्वयंपाकघरात येते. खिडकीबाहेर पाहणाऱ्या लक्ष्मीकडे क्षणभर पाहून हातातली बादली, तांब्या ठेवण्यासाठी मोरीकडे जाते.]

लक्ष्मी : (बाहेरच पाहत) पुन्हा नाही ओरडला.

चंपा : कोन? कावळा का तो?— तुझा सखाराम?

लक्ष्मी : (हे न ऐकल्यासारखी) दुपारच्या वेळेला तो असाच ओरडायचा. तोच असणार तो. नक्की.

[चंपा चहा ओतते आणि घेऊन बाहेर जाते.

सखाराम बैठकीवर बसला आहे.]

सखाराम : (चंपाच्या हातचा चहा हातात घेऊन) गेली की नाही ती?

चंपा : (जरा थांबून) नाही.

सखाराम : (हातची कपबशी खाली ठेवून) नाही? का?

चंपा : चहा घे.

सखाराम : तू पण माजालाच आलीस जशी!

चंपा : मग काय मारनार आहेस मला?

सखाराम : वेळ आली तर मारीन. राहीन काय?

चंपा : येईल तेव्हा बघू. आधी चहा घे. थंड होईल.

सखाराम : मी तिला या घरात राहू देणार नाही, काय वाट्टेल ते झालं तरी. हां!

[चंपा चहाचा कप उचलून त्याच्या तोंडाशी धरते. तो कप हाती धरून चहा पिऊ लागतो नाराज अवस्थेतच.]

सखाराम : एकदा संपलं ते संपलं. पुन्हा तिनं इथं यायचं कामच काय? मी काय नवरा आहे तिचा?

[आत लक्ष्मी हळूहळू कामाला लागली आहे. जरा लंगडते आहे.]

चंपा : दोन दिवस असू दे. मग सांगते तिला जायला. जायला कुठं ठिकान तरी आहे तिला?

सखाराम : म्हणून का मी तिच्या आयुष्याची जिम्मेदारी घेतली? चंपे, तिला उद्याच जायला सांग. उद्या सकाळला गेली पाहिजे. तोंड दिसता कामा नये मला तिचं पुन्हा. कोडगी साली. मांडीवर मरण्याच्या गोष्टी करते.

धुमसतो आहे. चहा पिऊन झाल्यावर त्याच्या हातची कपबशी घेऊन ती स्वयंपाकघरात येते.

स्वयंपाकघरात काम करणारी लक्ष्मी ती येताच कामापासून दूर होते.]

लक्ष्मी : (कशीबशी) काय झालं?

चंपा : काम कर तू. नाही तरी काय होनार तुझं? आनखी काय कोन करनार ग तुझं? पन एक गोष्ट ध्यानात ठेव. राहा, पन तोंडानं बोलायचं नाही.

[बाहेर सखाराम अजून बेचैन. फेऱ्या घालतो. कोनाड्याशी जाऊन दारूची बाटली काढतो. दारू पिऊ लागतो. मग काय वाटते कुणास ठाऊक, मृदंग काढतो. त्यावरची धूळ झटकून टाकतो. मृदंग खाली बैठकीवर मांडतो. गवसणी काढतो.

बसतो. मृदंगावर थाप टाकतो.

आत लक्ष्मी यासरशी एकदम थरारते.

सखाराम मृदंग वाजवू लागतो एका नशेत. मग जीव खाऊन वाजवतो. स्वयंपाकघरात लक्ष्मी आणि चंपा काम करताहेत. मृदंग जोरजोराने वाजतो आहे.

दाऊद येतो. सखारामचे लक्ष नाही.]

सखाराम : (लक्ष जाऊन तुटकपणे) कोण? तू. ब‌ऱ्याच दिवसांनी फावलं यायला?

दाऊद : वैसाच. मुरदंग सुना. लगा, जैसे वह पुराने दिन फिर आ गये, सखाराम.

सखाराम : कसले पुराणे दिन?

दाऊद : जब वो पंछी था— वो— लक्ष्मी.

[सखारामचा मृदंगावरचा हात अडतो. यासरशी. लक्ष्मी दाऊदचा आवाज ऐकून मधल्या दाराशी येते.]

लक्ष्मी : (न राहवून) दाऊद भावजी!—

दाऊद : (सानंद) अरे! सच? (सखारामला) क्यौं सखाराम, एकसे एक दो पंछी हो गये क्या? या चंपा गयी?

सखाराम : (तीक्ष्ण स्वरात) गप्प बैस. नाही तर चालता हो आधी इथनं. बंद एकदम बोलणं!

[मृदंग बडवू लागतो एका त्वेषाने. दाऊद मूढ. दाराशी लक्ष्मी. स्वयंपाकघरात शांतपणे काम करणारी चंपा.]

चंपा : (लक्ष्मीला) ए, आता काम करनार का तिथंच तशी उभी राहनार तू गौरीसारखी?

[दचकून लक्ष्मी परत कामाला लागते. मृदंग बडवणारा सखाराम. बाजूला दाऊद.

काळोख.]

दृश्य दुसरे

[स्वयंपाकघरात मंद उजेड. उत्तर रात्र.

लांब कोठेतरी कोंबड्याची बांग.

स्वयंपाकघरातल्या चिमणीच्या उजेडात लक्ष्मीची मोठी काळी सावली स्वयंपाकघरात पसरलेली.

हलक्या टाळ्या वाजवून तोंडाने पुटपुटते आहे.

''सीताराम, सीताराम, सीताराम, जय सीताराम.''

होता होता हे वाढू लागते. टाळ्या वाढतात. पुटपुट वाढते.]

सखाराम : (बाहेरच्या खोलीतल्या काळोखातून केवळ शब्द)
अरे काय आहे काय? बंद एकदम! अजून रात्र सरली नाही तर....

[लक्ष्मी पुन्हा हलक्या टाळ्या वाजवून 'सीताराम जय सीताराम' पुटपुटत राहते.]

सखाराम : बंद! नाही तर जीव घेईन सांगतोय! साली कटकट...

[लक्ष्मी अजून हलक्या स्वरात टाळ्यांचे केवळ हात हालवीत पुटपुटत राहते. 'सीताराम, सीताराम.']

सखाराम : ती चिमणी मालवून झोपून जा गपगार नाहीतर धडगत नाही आता... रक्त ओकायला लावीन, सांगतोय.... जीभ हासडून काढीन....

[लक्ष्मीच्या हलक्या टाळ्या आणि पुटपुट यासरशी थांबते. ती अंग चोरून उठते. जाऊन चिमणी फुंकून मालवते. सगळा काळोख. खिडकीबाहेर लांबचा कोठला तरी अप्रत्यक्ष उजेड तेवढा उरतो.]

सखाराम : पुन्हा चालूच... चालूच आहे...

[सगळीकडे शांतता. रातकिडे. सखाराम बिछान्यात उठून बसतो].

सखाराम : (गुरगूर) तिच्या मायला तिच्या...
(आडवळतो. शांतता.)

[बाहेरच्या खोलीतूनच झोपलेल्या चंपाचे नशेतले अस्पष्ट बरळणे आता ऐकू येते. मग तिचे शुद्ध नसलेल्या अवस्थेतले काही उद्गार, आवाज. एक दीर्घ उसासा.
स्वयंपाकघरात काळोखात लक्ष्मी अंग आखडून आखडून झोपते आणि मग उठून बसते बिछान्यात.]

लक्ष्मी : (अनावरपणे) सीताराम, सीताराम....(एकदम आवाज चोरून घेते.)

[काळोखात खिडकीबाहेरच्या अप्रत्यक्ष उजेडामुळे, बसल्या जागी झपाटल्यासारखी झुलणारी तिची छायाकृती तेवढी दिसत राहते. पूर्ण काळोख.]

दृश्य तिसरे

[प्रकाश येतो. दिवस. दुपार. कावळ्याची कावकाव.
घरात कोणी नाही. किंचित्काळ असे.
मग बाहेरच्या दाराची कडी गडबडीने निघते. दार उघडून लक्ष्मी आत येते. खूप धाप लागली आहे. चेहऱ्यावर काही तरी भयंकर घडल्याचा भाव. धडपडत स्वयंपाकघराकडे जाते. पुन्हा येऊन बाहेरच्या दाराची कडी आतून कशीबशी लावून घेते आणि स्वयंपाकघरात मांडलेल्या देवाच्या तसबिरीशी येते. तिथे बसते धापा टाकीत. जणू प्राण कुडी फोडून बाहेर पडू बघतो आहे आणि ती तो प्रयासाने सावरते आहे.]

लक्ष्मी : (धाप घालत देवाच्या तसबिरीला) तुला— तुला माहीत आहे? आहे माहीत? भयंकर! फार भयंकर! मला तर— घेरी येणार वाटत होती. बाई ग... आई... काय तरी हे! म्हणायचं काय याला.... करू काय मी.... काही कळेना बघ.... भयंकर! सीताराम.... सीताराम.... (पुन्हा धाप घालते.) मी जायलाच नको होतं मागनं. पण मला रहावलं नाही, काय करू? (तोंडात मारून घेते फडाफड.) का गेले मी. का गेले. सांगू? मला संशय येत होता गेला आठवडाभर. ही रोज दुपारी जाते कुठं? त्यांच्यासाठी गेले मी. मिळालेलं सौभाग्य लाभलं नाही; मनानं हेच सौभाग्य मानलं. पती मानून पूजला. इथून गेले तरी मनानं त्यांचीच पूजा करत होते मी. (पोलक्यातून काढून दोऱ्यातले मंगळसूत्र दाखवीत) हे बघ! हे बांधलं होतं त्यांच्या नावानं मी. मी त्यांची आहे. लाथा खाईन पण त्यांच्या खाईन. मरेन तर त्यांच्या मांडीवर, भरल्या चुड्यानं मरेन. (गदगदते.) त्यांच्याशी तिचं हे असं वागणं? त्यांच्यापाठी त्या— शी शी— (घशात आवंढा येतो.) सहन नाही रे होत. पहाताना मरण येईल तर बरं, वाटलं होतं. काय हे पाप! ही कुठं जाईल? नक्की नरकात! तिचं नाही काही, पण यांचं काय? तिच्या संगतीनं— हेसुद्धा— (शहारते.) आईग!.... सहन नाही होत बघ....

घरात.... दारू काय पितात दोघं.... झालंच तर.... दिवस
नाही, रात्र नाही.... मी असताना नव्हतं इतकं.... इतकं होऊ
दिलंच नसतं मी.... आणि आता.... मी आता काय करू...
त्यांना माहीतसुद्धा नाही रे तिचं हे.... छी: छी:.... (शहारते
अंगभर.) ओकारी येईल आठवणीनंसुद्धा (तोंडावर हात घट्ट
धरते.)
[बाहेर दारावर थापा.]

लक्ष्मी : (धसकून) आली वाटतं. आता काय करू? कळत नाही.
(घाईघाईने तसबिरीपुढे डोके घासते. बाहेरल्या खोलीत जाऊन
दार उघडते. बाजूला होऊन सरळ आत येऊ लागते.)
[चंपाचा नवरा फौजदार शिंदे झुकत झुकत आत येतो. आणखीच
ओढलेला, टाकलेला दिसू लागलेला. पायात काही नाही.
तोंडावर वण.]

इसम : चंपा.... ए चंपे....
[आत जाणारी पाठमोरी लक्ष्मी जागच्या जागी ताठरते. खिळते.]
चंपे.... मी आलोय.... मार ना मला.... मला मार ना चंपे....
मी आज मरायला आलोय चंपे. इथून जिता जाणार नाही.
तुझ्या हातानं मरणार आज. बास! आज हम जायेंगे....
[लक्ष्मीला वळून पाहतो.)]
आं? चंपा नाहीस तू. तू वेगळीच दिसतेस. मग चंपी कुठे
गेली? कुठे गेली? चंपा कुठे गेली? चंपे.... (गरगरल्याप्रमाणे
डोळे मिटून खाली बसतो.)

लक्ष्मी : (हे सर्व बघून हबकलेली) कोण तुम्ही? तुम्ही कोण? (गडबडीने
आतून पाणी आणून त्याला देते.) हे घ्या आधी. प्या.
[चंपाचा नवरा ते घटघटा पितो.]
कोण तुम्ही चंपाचे—

इसम : चंपीचा नवरा. हां, सख्खा. लग्नाचा.
[लक्ष्मी शहारते.]
कुठे आहे चंपा? मला ती हवी हो. मला तिचा मार हवा.

तिच्या हातने मरायला आलोय मी. चंपा... मला मार... मार ना मला चंपा...

लक्ष्मी : घरात नाही. कुठून आला तुम्ही?

[चंपाचा नवरा नुसताच 'कुणास ठाऊक' असा हात करतो.]

कुठं रहाता?

इसम : रस्त्यात. गटारात. स्मशानात. (कोरडा रडू लागतो.) कुठेही.

लक्ष्मी : (न राहवून त्याच्या जवळ जाते.) असं रडू नका बरं. मोठ्या पुरुष माणसानं असं रडणं बरं नाही दिसत. काय झालं? ताप आहे का? (त्याच्या अंगाला हात लावून तो लगेच मागे घेते.) नाही. मग भूक लागली का? थांबा हां. मी काय असलं तर बघते. (स्वयंपाकघरात जाते. काहीतरी एका वाटीत घाईने काढून परत येते.)

[दरम्यान बाहेर चंपाच्या नवऱ्याने खिशातली बाटली काढून तिचे घोट घेऊन बाटली पुन्हा खिशात ठेवलेली.]

लक्ष्मी : घ्या. हे खा. (त्याच्यापुढे ठेवते.)

[चंपाचा नवरा बसून राहतो.]

लक्ष्मी : थांबा. तोंड खराब झालंय तुमचं, बघू. (एकदम पदर हाती घेते. मग तो सोडून आतून जाऊन पाणी आणि एक फडका आणते.) पुसा यानं, हा घ्या. चुळा भरा.

[चंपाचा नवरा तसाच.]

लक्ष्मी : अयाई, पोटात काहीच नाही तुमच्या. (जिवाचा धडा करून स्वत: त्याचा चेहरा थरथरत्या हाताने पुसते.) काय माणूस आहे ती की कोण. आता खा. नीट बसून चवीनं खा.

[चंपाचा नवरा तसाच बसलेला.]

लक्ष्मी : खाण्याचीसुद्धा शक्ती नाही उरली? आणा. (स्वत: भरवू लागते.) हं. घ्या. पोटात दोन घास गेले म्हणजे किनई, बरं वाटेल. दारू पिणंसुद्धा वाईट. काय असतं ते? घाणेरडं— कुजकं नासकं काहीतरी. शी.

इसम : पाणी—

लक्ष्मी : पाणी— आणते हां (आत जाते.)

[बाहेरच्या खोलीत चंपाचा नवरा पुन्हा खिशातल्या बाटलीतले दोन मोठे घोट घटघटा घेऊन बाटली खिशात ठेवतो. लक्ष्मी पाणी घेऊन बाहेरच्या खोलीत येते.]

लक्ष्मी : घ्या. प्या हे. (त्याला पाणी पाजते.) अजून शक्ती येत नाही. काय हे जिवाचं करून घ्यावं. तिला एक काही नाही, पण म्हणून.... (चेहरा पाहत) इतकं हे कुठं लागलं?

इसम : तिनं... तिनं मारलं.

लक्ष्मी : कुणी? चंपानं?

[चंपाचा नवरा होकारार्थी मान हालवतो.]

(धक्का बसून) इथं आला होता तुम्ही?

[चंपाचा नवरा होकारार्थी मान हालवतो.]

मारून बाहेर काढलं तुम्हांला? काय ही बाई की थट्टा? आणि तुम्ही मार खाल्लात? पुरुषासारखे पुरुष आणि....

इसम : नाही.... मला आणखी मार हवाय.... तिच्या हातनं मरायचंय मला.... मला जगायचं नाही....काय आहे जगायला.... नोकरी गेली, बायको गेली, घर गेलं... काय आहे आता? (कोरडा गळा काढून रडू लागतो.) काय उरलंय?

लक्ष्मी : चूप बरं. कुणी ऐकेल ना. (नकळत त्याच्या तोंडावर हात धरते.) ती येईल इतक्यात. कुठं गेलीय आहे ठाऊक? (सांगावे की सांगू नये या विचारात जरा घुटमळते.) पण नको, राहू दे. तुम्हांला आणखी त्रास होईल. तुम्ही इथनं जा. ती यायच्या आत जा नाहीतर ती पुन्हा मारील. तिला दयामाया नाही आणि लाज पण नाही.

[चंपाच्या नवऱ्याला जाण्याची घाई नाही. तो बसलेला.]

लक्ष्मी : जा बरं आता आधी.

[चंपाचा नवरा तसाच.]

लक्ष्मी : ती आली तर गोंधळ घालील. उठा आता.

[चंपाचा नवरा तसाच.]

लक्ष्मी	: उठा. चला. (त्याला आधार देऊन उठवू लागते. तो मुद्दाम तिच्यावर भार टाकतो. मग कसाबसा उभा राहतो.) जा. मग पुन्हा या हवे तर. पण ती नसताना या म्हणजे झालं. मी देईन खायला. पण ती नसताना या हं. जा आता. (त्याला जवळजवळ ढकलून घालवते बाहेर. त्याच्या मागून बाहेर जाते— परत येते. दात-ओठ खाऊन) पापी! कध्धी बरं होणार नाही तिचं. नवरा सोडते. पुन्हा दुसरा धरला त्याला फसवून तिसऱ्याशी बदकर्म? शी शी शी आणि नवऱ्याच्या अंगावर हात टाकणं म्हणजे तर...(आतल्या खोलीतल्या देवाच्या तसबिरीशी तरातरा जाते.) पाहतोस ना तू?... (डोळे मिटून) सीताराम, सीताराम... [काळोख.]

दृश्य चौथे

[प्रकाश येतो. संध्याकाळ.

स्वयंपाकघरात चंपा.

लक्ष्मी पाण्याने भरलेले घडे डोक्यावर, काखेत घेऊन घरात येते. कशीबशी काखेतला घडा उतरवते. मग डोक्यावरचा घडा उतरवून हुश्श करते. हे काम तिला झेपत नाही. प्रकृतीने ती आणखीच उतरलेली.

चंपा ती आल्याची एकदा दखल घेऊन आपल्या कामात.

एकेक घडा घेऊन लक्ष्मी स्वयंपाकघरात मोरीच्या बांधावर नेऊन रचते.

मग दुसऱ्या कामाला लागते.]

चंपा	: (लक्ष्मीकडे न बघता, काम करीत) अलीकडे दुपारचं कोन येतं इथं?

[लक्ष्मी यासरशी एकदम दचकते.]

लक्ष्मी	: कोण?...
चंपा	: मला काय माहीत कोन. तू घरी असतेस.
लक्ष्मी	: (उत्तर टाळण्यासाठी) कोण बरं....
चंपा	: माझा नवरा किती वेळा आला होता इथं?

लक्ष्मी : (गोंधळलेली) नवरा?....

चंपा : हे बघ, खोटं बोलनं जमनार नाही तुला. खरं ते सांग मला. लौकर सांग.

लक्ष्मी : तीनदा.

चंपा : का घरात घेतलास त्याला?

लक्ष्मी : (कशीबशी) तो— बरं नव्हतं— त्याच्या जिवाला. पुन्हा— मला काय माहीत कोण ते. म्हणजे त्याचा तोच येत होता. हो. बाहेर तरी कसं घालवणार.

चंपा : मी यायच्या आधी बाहेर कसा जायचा तो?

लक्ष्मी : तो.... त्यांचे तेच.... जायचे. हो ना. तेच... जायचे...

चंपा : मला तू सांगितलं का नाहीस, तो येतो म्हनून?

लक्ष्मी : मी? (पार गोंधळलेली.) मला वाटलं.... सांगावं की नाही— म्हणजे....

चंपा : (तिच्यापुढे जाते. कमरेवर हात.) इकडे बघ. माझ्याशी चारसोबीसगिरी करू नको, तुला सांगते.

[लक्ष्मीला यावर काही प्रत्युत्तर करायचे आहे. पण तोंडून निघत नाही.]

चंपा : धड राहिलीस तर इथं राहाशील. मी ठेवली म्हनून राहिलीस इथं. आहे ना ध्यानात? पुन्हा त्या मुडद्याला घरात पाऊल घालू देऊ नको, सांगते. नाही तर मी आहे आनिक तू आहेस. (चंपा बाहेर निघून जाते.)

[लक्ष्मी ती गेली त्या बाजूला पाहते. मग देवाच्या तसबिरीकडे येते.]

लक्ष्मी : (तसबिरीला) सीताराम.... सीताराम... पाहिलंस? पाहिलंस ना? नवऱ्याला येणं बंद करून टाकलं तिनं. त्याला आधार मिळत होता ना. सुधारला असता मी त्याला. मग तो तिला जड झाला असता. गरीब आहे बिचारा. हिनं त्याला सोडलंन. देवाब्राह्मणांसमक्ष मिळाला त्याला सोडलंन, स्वत: त्याला ती हवीच आहे. म्हणून तर येतो तो. पण तिला तो नको आहे.

अडचण होते तिला त्याची. मरेल तर हवा तिला तो. साधी
नाही, महा पापी आहे ती. वर मलाच दरडावीत होती! काय
करणार माझं? मी पुण्यवान आहे. माझं नाणं खणखणीत
आहे. मी नेहमी धर्मानं वागले आहे. माझं काय करील ती?
(आवंढा गिळते.) तिला मुळीच क्षमा करू नकोस सांगते. फार
वाईट आहे ती—
[हे ती बोलत असता क्रमश: काळोख.]

दृश्य पाचवे

[प्रकाश येतो. रात्र.
स्वयंपाकघरात लक्ष्मी आणि चंपा.
लक्ष्मी देवाच्या तसबिरीपुढे फाटक्यापुस्तकातील स्तोत्र वाचत
बसलेली.
चंपा चुलीशी भाजी मोडीत बसली आहे.
बाहेरच्या खोलीत सखाराम चिलमीचे दम मारीत बसलेला.
पलीकडे मृदंग पडला आहे. आणखी पलीकडे बिछाना.]

सखाराम : चंपे–
चंपा : (नाखुषीनेच) आली.
[परंतु चंपा आपले काम तसेच पुढे चालू ठेवते. लक्ष्मी तिच्याकडे
एकदा पाहून स्तोत्र वाचत राहते.]
सखाराम : चंपे, काय करतेस?
चंपा : भाजी मोडून ठेवते उद्यासाठी.
सखाराम : ती उद्या मोड. झोपायला चल.
[चंपा भाजी मोडणे चालू ठेवते.
लक्ष्मीला हे सर्व जाणवते पण आता ती पाहणे टाळते.]
सखाराम : (आवाजात हिंस्रता) चंपे—
[चंपा भाजी मोडणे थांबवून आदळआपट करून हात धुते.
ओच्याला हात पुसत बाहेरल्या खोलीत येते.]
सखाराम : ते दार लाव मधलं आणि तो दिवा मालव. चल.
[चंपा मुद्दाम थोडा वेळ घेऊन हे करते. बिछान्याकडे जाते.

स्वयंपाकघरात, स्तोत्र वाचण्यात लक्ष्मीचे आता लक्ष नाही. ते बाहेर.
सखाराम बिछान्याकडे येतो. चंपा बसलेली.]

सखाराम : चल झोप.
[चंपा बसलेली.]

सखाराम : मी काय म्हणतोय.
[चंपा बसलेली.]

सखाराम : बहिरी झालीस का?
[ती बसलेली. तो बळेच तिला बिछान्यात आडवी पाडतो. स्वयंपाकघरात लक्ष्मी शहारते.]

सखाराम : (कर्कशपणे) ए, आतला दिवा आधी मालव.
[लक्ष्मी घाईने चिमणी फुंकते. सर्व काळोख.
किंचित्काळ हे असे. विलक्षण स्तब्ध. आणि मग एकदम काही धडपड चालल्याचे आवाज बाहेरच्या खोलीत येऊ लागतात.]

चंपा : (हिंस्र स्वर) नाही... नाही... मला नको... मला नको आज...

सखाराम : चंपे... मुकाट्यानं...

चंपा : नाही, दूर हो आधी... तिकडे हो आधी— जा तिकडे— जा नाहीतर...

सखाराम : (वेदनेचा एक चीत्कार) आ:... तुझ्या मायला तुझ्या... दाखवतो तिला काय ते...

चंपा : अंगाला हात लावू नको माझ्या, सांगते— दूर— होतोस का नाही दूर...दूर!
[ही बाचाबाची वाढते आणि मग चंपाची गुरासारखी किंकाळी. काळोखात चंपा झटक्याने उठून बिछान्यातून बाहेर आलेली दिसते. स्वयंपाकघरात लक्ष्मीची छायाकृती ताठरून असलेली दिसते. सखारामची छायाकृती बिछान्यातून आता उठते.]

सखाराम : (चंपाच्या छायाकृतीकडे हिंस्रपणे येत) चल— कुणाला गमज्या दाखवतेस तू ग? रस्त्यावर पडली होतीस, मी अन्नाला लावली तुला— चल आधी— चल—

चंपा : मी गाव जमवीन तुला सांगते! मला त्रास होतो फार.

सखाराम : होऊ दे! माझी इच्छा चालते या घरात. या घरात मी राजा आहे.

चंपा : माझ्या जिवाला सहन होत नाही आता.

सखाराम : तुझा जीव गेला झालनात. तुझ्या जिवाचे चोचले पुरवण्याकरता आणली नाही तुला घरात. चल आधी... चल पहिली—

चंपा : (झटकून) नाही येनार. पुरुष होतास तंवर घेतला तुला अंगावर. आता नाही घेनार—

सखाराम : चंपे...

चंपा : हा, मला नाही सहन होत आता. दारू पिऊन पन सहन नाही होत. जमेना तर पडत जा गुमान. गेले कितीक दिवस तुला काय जमत नाही. तिकडे आत सैंपाकघरात खुट् झालं का थंड पडतोस तू. काय खोटं आहे हे?

सखाराम : चंपे—

चंपा : (उसळून) अरे चंपे काय चंपे— ती आल्यापासून तू मर्द राहिला नाहीस. पुरता पावनेआठ केला तिनं तुला. हा. तिला डरतोस तू— हिंमत नाही तिच्यासमोर मला घ्यायची तुझ्यात... मढं होतं तुझं मढं— किडा होतोस तू—

सखाराम : तोंड संभाळ चंपे... वाईट माणूस आहे मी—

चंपा : जा, कुनाला भीती दाखवतोस? कुत्रं पन घाबरनार नाही आता तुला—

सखाराम : तुझ्या मायला तुझ्या...

[तिच्या अंगावर चालून जाताना अंधुक दिसतो.

अंधारातच झटापट.

स्वयंपाकघरात लक्ष्मी ताठरून उभी. बाहेरच्या खोलीत चंपा ओरडू पाहते, तिची मुस्कटदाबी. सखारामची गुरगुर. आदळ-आपट.

चंपाचे गुरासारखे कण्हणे, विव्हळणे. सखारामचे शब्द]

सखाराम : 'पी— पी— पी आणखी— थोबाड उघड— थुंकतेस, तुझ्या

मायला— पी— पितेस का नाही? पी— चल पी—'
[मग झटापट बंद. स्तब्धता. चंपाचा एक दीर्घ उसासा.
सर्व शांत. सखारामची अस्पष्ट गुरगुर.
स्वयंपाकघराच्या बंद दाराशी तळमळत उभी असलेली लक्ष्मीची आकृती.
नंतर पूर्ण काळोख.]

दृश्य सहावे

[काळोख कमी होतो. बिछान्यातल्या चंपाचे अस्पष्ट बरळणे ऐकू येत असते.
बाहेरच्या खोलीत सखाराम उठून उभा राहतो बिछान्यात. मग मधल्या दाराकडे येतो. कडी काढतो.
या आवाजासरशी स्वयंपाकघरात लक्ष्मी झटक्याने चिरगुटीत उठून उभी राहते. गडबडीने कशीबशी चिमणी लावते.
दारात सखाराम. किंचित्काळ दोघे तशीच. निस्तब्ध.]

सखाराम : (दबल्या स्वरात गुरगुरत) बाहेर हो, आधी बाहेर हो तू.
[लक्ष्मी अंगभर थरथरू लागते.]
तुझ्यामुळं पावणेआठ ठरलो मी, भिकारडे. जगात तुला कोण विचारीना म्हणून माझ्या उरावर पुन्हा येऊन बसलीस? मेलीस का नाही त्यापेक्षा? मी काय लागत होतो तुझं? तू न् तुझा देवधर्म खड्ड्यात गेला असतात तर मला काय वाटलं नसतं. देवाच्या बापाचा काही लागत नाही मी. माझा मी आहे. ब्राह्मणाच्या घरात जन्मलेला म्हारड्याचा पोर आहे मी. का इथं पुन्हा आलीस तू? का इथं राहिलीस? आत्ताच्या आत्ता तू बाहेर हो! उचल ती तसबीर. उचल सगळं ते. उचल तुझं सामानाचं बोचकं. नाहीतर मी आणून देईन कुठं असशील तिथं, पण आधी नीघ इथून पहिली तू. चले जाव. मी काय म्हणतोय ऐकतेस ना? काय?—

लक्ष्मी : (कशीबशी) सकाळी तरी...

सखाराम : नाही, आत्ता, या मिण्टाला. मला माझ्या पद्धतीनंच जगायचं

आहे. तू न् तुझा तो देव त्यात काय म्हणून? काय म्हणून
सांग! उचल म्हणतो ना तसबीर. का घालू लाथ
[लक्ष्मी गडबडीने तसबीर उचलून उराशी घट्ट धरते.]

लक्ष्मी : देवाला का...

सखाराम : मग माझ्या घरात आला कशाला तो? तुला भिकारडं बनवून,
तुझ्या पदराखालून माझ्या घरात शिरला!

लक्ष्मी : असं बोलू नये...

सखाराम : जा, मी घाबरत नाही त्याला! साफ जगलोय मी— माझ्या
परिस्थितीत माझ्या अक्कलहुशारीनं आणि मर्जीनं कुणाला न
फसवता जगलोय मी. आपण कुणालाच भीत नाही, देवालासुद्धा
नाही. आधी इथून चल तू— बाहेर नीघ—

लक्ष्मी : (दुसरा मार्ग नाही हे कळून थरथरत्या हाताने आपले सगळे
गोळा करू लागते.) सकाळी... गेले असते... (सखारामचा
उग्र पवित्रा पाहून घाबरून) नाही नाही... जाते, आता जाते.
[सर्व गोळा करते. त्याच्या बाजूला येते. एकदम त्याच्या पायांशी
वाकू पाहते.]

सखाराम : (लाथ घालून) बाहेर!
[लक्ष्मी मनस्वी थरथरते आहे. विलक्षण केविलवाणी वाटते.
अंग चोरून बाहेर खोलीत येते. दाराकडे जाते. मागोमाग
सखाराम.]

सखाराम : (पुन्हा पायांशी वाकू पाहणाऱ्या लक्ष्मीला, मागे होत) नाही!
माझा संबंध नाही. लाथ घालीन पोटात. रक्त ओकशील!
[लक्ष्मी थरथरत्या हाताने दार उघडू लागते थांबते.]

लक्ष्मी : (कुठून तरी एक बळ आले आहे. मरण दिसणाऱ्या जनावराचे
बळ.) मी जाते... पण एक सांगायचं आहे...

सखाराम : काही नकोस सांगू—

लक्ष्मी : माझ्या नव्हे, तुमच्या फायद्याचं...

सखाराम : ऐकायचं नाही मला.

लक्ष्मी : मी... मी थांबणार नाही... सांगून लगेच जाईन... तुमच्याच

फायद्याचं...

सखाराम : (जरा वेळ घेऊन) बोल काय आहे...

लक्ष्मी : (बेहोष चंपाकडे बोट दाखवून) ती— ती— बरी नाही... बरी
नाही ती—

सखाराम : ते मी बघून घेईन...

लक्ष्मी : तुम्हांला फसवते ती— फसवते ती तुम्हांला—

सखाराम : तुझ्याकडून ऐकायचं नाही मला ते— नीघ—

लक्ष्मी : ती— ती त्या मुसलमानाशी— जाते, रोज...
[किंचित्काळ तंग स्तब्धता.]

सखाराम : काय? मुसलमानाशी? कोण मुसलमान? कुठला मुसलमान?—

लक्ष्मी : दाऊद... दाऊदशी...

सखाराम : (पुढे होऊन तिच्या मुस्काटात भडकवतो.) थोबाड फोडीन!

लक्ष्मी : मी पाहिलं— या या डोळ्यांनी... देवाची शपथ घेईन...
[सखाराम लक्ष्मीवर वाघासारखा तुटून पडतो. तिला मार मार
मारतो. लक्ष्मीचा लोळागोळ.
चंपाचे बेहोष, अस्पष्ट बरळणे.]

चंपा : (अस्पष्ट) दूर हो मुडद्या— दूर हो तू— पावनेआठ झालास
तू— मला त्रास होतो—
[चंपा वेदनेने कण्हावी तशी कण्हते, गुरासारखी.]

सखाराम : (लक्ष्मीला आणखी एक दणका मारून) हूं! (मग सणकेने
तिचा लोळागोळा उठवून बसवीत) बोल आता पुन्हा! परतून
ते बोल—

लक्ष्मी : (त्याही स्थितीत) खरं आहे— खरं आहे— ही जीभ खोटं
कधीच बोललेली नाही— तुम्हाला ती फसवते— होय, दाऊद—
दाऊदशी ती— दुपारची— तुम्ही प्रेसवर असताना— मी
पाहिलंय डोळ्यांनी— या डोळ्यांनी पाहिलंय—
[सखाराम तिला विलक्षण त्वेषाने बाजूला ढकलून दारावाटे
बाहेर निघून जातो तीरासारखा. लक्ष्मीचे कण्हणे. चंपाचे बेहोष
पाशवी बरळणे. लांबवर कुत्र्याचे भुंकणे. काळोख.]

दृश्य सातवे

[काळोख कमी होतो.

लक्ष्मी भिंतीला टेकून निश्चल बसली. पुढे तसबीर मांडली
लक्ष्मी कण्हते आहे थोडीथोडी.

सखाराम दारावाटे बाहेरून येतो. दार लावून घेतो. लक्ष्मीकडे
पाहतो. तिला एक लाथ घालतो. ती वेदनेने विव्हळते. सखाराम
तडक चंपाच्या बिछान्याशी जातो. उभा राहतो पाहत. झटक्याने
खाली बसतो आणि गुरगुरत चंपाच्या गळ्याशी झटतो. तिचे
गुदमरले, अस्पष्ट आवाज. नंतर ते मंद. तरीही सखाराम पुन्हा
पुन्हा चंपाचा गळा आवळतोच आहे.

मग निश्चेष्ट चंपाकडे पाहत राहतो काही क्षण, गोठल्यासारखा.]

सखाराम : (शहारत एकदम अस्पष्ट) खून... (स्पष्ट) खून!... (अस्पष्ट)
खून...

(लक्ष्मी बसल्या जागी ताठरते.)

सखाराम : खून.... खून...

[लक्ष्मी आवेगाने खुरडत चंपा आणि सखारामच्या दिशेने येते.
पाहत राहते ताठरून पुढ्यातल्या सखारामकडे. बाजूच्या आडव्या
चंपाकडे.]

सखाराम : (घाबरलेला) खून... खून केला मी... खून... खून केला...

लक्ष्मी : (एकदम एका बळाने) श्शू... ओरडू नका. मुळीच!— (पुन्हा
पाहत राहते निश्चेष्ट चंपाकडे) नाहीतरी पापीच होती ती, नरकात
जाईल. तुम्ही नाही जाणार. माझं पुण्य आहे. भरपूर आहे. मी
राहीन तुमच्याबरोबर. तुमचं सगळं करीन मी. तुम्ही म्हणाल ते
करीन. तुमच्या मांडीवर मरण येणार आहे मला. हूं... तुम्ही
घाबरू नका. आपण— आपण हिला— पुरू या. कुठं?
बाहेर नको— बाहेर नको, इथं— घरातच. हूं. निघून गेली
म्हणून सांगू. कोण नाही विचारणार. मी सांगेन. स्वत: गेली
म्हणून. मी ईश्वरसाक्ष सांगेन. त्याला सगळं ठाऊक आहे. मी
चांगली आहे ते त्याला ठाऊक आहे. तो माझ्यामागं आहे. तो

तुम्हांला पाप लावणार नाही. माझं पुण्य त्याला तुम्हांला द्यायला सांगेन मी. तुमचं सगळं करीन मी— हूं... (गडबडीने जवळची तसबीर स्वतःच्या कपाळावर टेकवते. त्याच्याही कपाळावर टेकवते. तो निश्चल. मग तसबीर खाली ठेवून पुन्हा पुन्हा नाक घासते. डोळे मिटून प्रार्थना करते. डोळे उघडून) चला— चला आता. कामाला लागू या. तुम्ही बागेतली कुदळ आणा. मी स्वैंपाकघरातली जागा मोकळी करते. उशीर नका लावू. उजाडलं की संपेल. रात्री, सगळीकडे देवाचं राज्य असतं. दिवसा माणसांचं असतं. माणसं पापी असतात. माणसं दुष्ट आणि नीच असतात. हिच्यासारखी. उजाडायच्या आत आपण संपवू सगळं. यानं मला आशीर्वाद दिला आहे (तसबिरीकडे बोट.) चला. उठा ना. वेळ नका लावू. घाबरू नका, मी पुण्यवान आहे. ती मुळी पापीच होती! मी कुणाला वाईट नाही वागवलं. कीड मुंगीलासुद्धा नाही. (मंगळसूत्र काढून दाखवून) हे बघा— बघा— तुमच्या नावानं बांधलं हे आजपर्यंत. आधीचं बांधणारानं स्वतःच तोडून टाकलं, मी नाही तोडलं. लग्नाच्या नवऱ्याला तिनं लाथाडलंन, तुमच्याशी खोटी वागली. तिचं कधीच बरं होणार नव्हतं. तुम्ही चांगले आहात. देव तुम्हांला क्षमा करील. मी सांगेन. माझं ऐकतो तो. थांबा, मीच आणते कुदळ. तुम्ही बसा— आले मी...

(खुरडत लंगडत बाहेर काळोखात जाते एका विलक्षण धैर्याने. कुदळ घेऊन येते. सखारामच्या हाती देते.)

धरा घ्या— चला, स्वैंपाकघरात चला—

[सखाराम निश्चेष्ट चंपाकडे डोळे फाडून बघतो आहे.
लक्ष्मी उठते. पलीकडचे पांघरूण घेते. चंपाच्या चेहऱ्यापर्यंत पसरते.]

लक्ष्मी : झालं ना? आता नाही कुलटा दिसणार. आत्मा नरकात पोचलासुद्धा असेल एव्हाना. देवाला निवाडा करायला काय वेळ. (चंपाच्या देहाकडे पाहून तुच्छतेने) पापी! (त्याला धरून)

उठा आधी. आत चला. पहाट व्हायच्या आत पुन्हा पहिल्या सारखं व्हायला हवं सगळं. कुणाला कळणार नाही मग. मी सांगेन सर्वांना निघून गेली म्हणून. हूं...

[सखाराम आता पुतळ्यासारखा उठतो. लक्ष्मी त्याला स्वयंपाकघरात नेते. कुदळ देते.]

लक्ष्मी : हूं. घ्या ही. खणा.

[सखाराम निश्चल उभा.]

लक्ष्मी : खणा. खणा ना—

[सखाराम तसाच. कृश लक्ष्मी कुदळ उचलून आता बळ एकवटून स्वत: खड्डा खणू लागते. एकेक घाव पडू लागतो. लक्ष्मीचा एकेक हुंकार. आणि दारावर अचानक थापा पडू लागतात. सखाराम मनस्वी गडबडलेला. केविलवाणा. लक्ष्मी ताठरून उभी, ऐकत.]

चंपाचा नवरा : (बाहेरून एकीकडे दार वाजवीत तर्र स्वरात) चंपा— चंपे— चंपा तू कुठायस— मला मारून टाक ना चंपा. चंपा, दार उघड ना चंपा. मी आलोय, मला मार ना चंपा. मला मार ना. चंपा... चंपे गऽ—

लक्ष्मी : (गडबडलेल्या सखारामला) तोच... तिचा नवरा. वाजवील आणि जाईल थोड्या वेळानं. तुम्ही स्वस्थ रहा.

[पुन्हा सर्व बळ एकवटून खणू लागते. आता एका वेगाने. तिच्या कुदळीचे एकामागून एक घाव. त्याबरोबर तिचे दबले हुंकार.

बाहेरच्या दारावर थापा. चंपाच्या नवऱ्याचा क्षीण होत जाणाऱ्या हाका :

"चंपा— चंपे ग... कुठे आहेस चंपे... चंपेऽऽऽ— मला मारून टाक ना— मी आलोय... दार उघड चंपे... चंपे गऽऽ..."

निर्जीव सखाराम लक्ष्मीशेजारी उभा. सत्त्व कोणी शोषून घेऊन चोथा ठरावा तसा उरलेला.

बाहेरच्या खोलीत डोक्यापर्यंत पांघरूण घातलेला चंपाचा निश्चल देह दिसतो.

दाराबाहेर चंपाच्या नवऱ्याचे तिच्या नावाने अभद्र भेकणे आता सुरू होते, भेसूर, क्षीण, एकसुरी. ते चालू राहते. चालू राहते. बाकी रात्र. पडदा.]

◻ ◻ ◻

या नाटकाचा मराठीतील पहिला प्रयोग वेलकम थिएटर', मुंबई, या संस्थेने दि. १० मार्च १९७२ रोजी रात्रौ साडेआठ वाजता शिवाजी मंदिर दादर, येथे सादर केला.

दिग्दर्शक – कमलाकर सारंग

नेपथ्य, प्रकाशयोजना – विनायक चासकर

पात्रयोजना

सखाराम – निळू फुले

लक्ष्मी – सौ. कुसुम कुलकर्णी

दाऊद – नारायण पै

चंपा – सौ. लालन सारंग

चंपाचा नवरा – सखाराम भावे

या नाटकात वाचक एका वेगळ्याच विश्वात प्रवेश करतो. ते जग काहीसे हिडीस, अनैतिक, शारीर व वासनामय आहे. त्या जगात ढोंग नाही. ठसठशीतपणे, मनाला वाटेल ते, वाटेल त्या भाषेत बोलणारी माणसे या जगात वावरतात. आजवरच्या सभ्यतेच्या सर्व हळव्या संवेदना नष्ट करून टाकणारे बोलतात, वागतात. त्यामुळे हे जग केवळ अपरिचितच नव्हे, तर नीतिकल्पनांना प्रचंड हादरा देणारे आहे.

किंमत : र. १६५.००

ISBN 978-81-7185-799-9

(म-९४७)

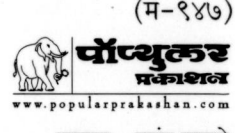

पॉप्युलर प्रकाशन

www.popularprakashan.com

मुखपृष्ठ : वसंत सरवटे